ಕಿ ರಂ ಎಂಬ ಘಮ

ಅದು ಕಾವ್ಯ ಮಂಡಲದ ಕನಸನ್ನು ಹೆರಲು ಕಿ ರಂ ಸಜ್ಜಾಗುತ್ತಿದ್ದ ದಿನಗಳು. ಅವರೊಳಗೆ ಒಂದು ಅಶಾಂತ ಸಂತನ ತಹತಹವಿತ್ತು. ಯಾವುದೋ ಒಂದು ದುಂಬಿ ಪರಾಗಸ್ಪರ್ಶ ಮಾಡುತ್ತದೆ ಎನ್ನುವಂತೆ ಕಿ ರಂ ಕಾಯುತ್ತಿದ್ದರು. ಅವರು ಕನಸುಗಳನ್ನು ಸಾಕಷ್ಟು ಹೆರುತ್ತಿದ್ದರು. ಆದರೆ ಆ ಕನಸು ಇನ್ನಷ್ಟು ರೆಕ್ಕೆ ಪಡೆಯಲು ಅವರಿಗೆ ಕೇಳುವ ಕಿವಿಗಳು ಬೇಕಿತ್ತು. ನೆಲದಲ್ಲಿ ಆ ಕನಸ ಬೀಜ ಊರುವವರು ಬೇಕಾಗಿತ್ತು. ಅವರು ಹಾಗೆ ಅರಸುತ್ತಿದ್ದಾಗ ಕಾಲಿಗೆ ತೊಡರಿಕೊಂಡವರು ನಾವು.

ಅದು ನಾನು ಸಂಗೀತ ನೃತ್ಯ ನಾಟಕ ವಿಭಾಗದಲ್ಲಿ ಓದುತ್ತಿದ್ದ ದಿನಗಳು. ಹಲವು ವರ್ಷ ಸಂಸ್ಕೃತ ಕಲಿತು ಬಂದವನನ್ನು ಕ ವೆಂ ರಾಜಗೋಪಾಲ್ ತಮ್ಮ ಸಾತ್ವಿಕ ಬೆದರಿಕೆಯಿಂದ ಕನ್ನಡದ ಕ್ಯಾನ್ ವಾಸ್ ಗೆ ಎಳೆದು ತಂದು ಕೂರಿಸಿದ್ದರು.

ಇಲ್ಲೊಂದು ಆಶ್ಚರ್ಯವಿತ್ತು. ಇಡೀ ವಿಭಾಗಕ್ಕೆ ನಾನೊಬ್ಬನೇ ಕನ್ನಡ ಐಚ್ಚಿಕ ವಿದ್ಯಾರ್ಥಿ. ನನ್ನ ಪದವಿ ವಿಭಾಗವನ್ನು ನೇರವಾಗಿ ಬೆಂಗಳೂರು ವಿಶ್ವವಿದ್ಯಾಲಯವೇ ನಡೆಸುತ್ತಿದ್ದರಿಂದ ದೂರದ ಜ್ಞಾನ ಭಾರತಿ ಆವರಣದಿಂದ ನನ್ನೊಬ್ಬನಿಗೆ ಪಾಠ ಮಾಡಲೆಂದೇ ಕಿ ರಂ ನಾಗರಾಜ್, ಸಿದ್ದಲಿಂಗಯ್ಯ, ಡಿ ಆರ್ ನಾಗರಾಜ್, ಬಸವರಾಜ ಕಲ್ಗುಡಿ ಎಲ್ಲರೂ ನಗರದ ಸೆಂಟ್ರಲ್ ಕಾಲೇಜಿಗೆ ಬರಬೇಕಿತ್ತು.

ಆದರೆ ಕಿ ರಂ ನನಗೆ ಪಾಠ ಮಾಡಲು ಹೊಸ ಹಾದಿ ಕಂಡುಕೊಂಡರು. ಕೆಂಪೇಗೌಡ ರಸ್ತೆ, ಅವಿನ್ಯೂ ರಸ್ತೆ, ಕೆ ವಿ ಟೆಂಪಲ್ ಸ್ಟ್ರೀಟ್ ನಲ್ಲಿದ್ದ ಅಸಂಖ್ಯಾತ ಹೋಟೆಲುಗಳ ಪಟ್ಟಿಯನ್ನು ನನ್ನ ಮುಂದೆ ವಗಾಯಿಸಿದವರೇ ಇನ್ನು ಮುಂದೆ ಇವೇ ನಿನ್ನ ಕ್ಲಾಸ್ ರೂಮ್ ಎಂದು ಘೋಷಿಸಿಬಿಟ್ಟರು. ಯೋಚನೆ ಮಾಡಲು ಒಂದು ಕ್ಷಣವೂ ಅವಕಾಶ ನೀಡದೆ ಪ್ರತೀ ದಿನ ಒಂದೊಂದು ಹೋಟೆಲಿಗೆ ಕರೆದೊಯ್ದು ಅಲ್ಲಿ ತಿಂಡಿ ತಿನಿಸುತ್ತಾ ಹೋದರು. ಕಾವ್ಯ ಮೀಮಾಂಸೆ ಪಾಠ ಕೇಳಲು ಸಜ್ಜಾಗಿ ಹೋಗುತ್ತಿದ್ದ ನಾನು ಪಾಕಶಾಸ್ತ್ರಜ್ಞನಾಗಿ ಪಳಗುತ್ತಾ ಹೋದೆ.

ನಾನು ಯಾವುದೇ ಶೂಟ್ ಮುಗಿಸಿ ಬರುವಾಗ ನನ್ನ ಕ್ಯಾಮೆರಾ 'ಕ್ರ್ಯೂ'ನೊಂದಿಗೆ ಅಥವಾ ದೂರದೂರುಗಳಿಂದ ಬೆಂಗಳೂರಿಗೆ ಬರುವ ಗೆಳೆಯರೊಂದಿಗೆ ದಾಳಿ ಇಡುವುದು ಇಂತಹ ಸಂದಿಗೊಂದಿಯ ರಸಾಗಾರಗಳಿಗೇ.. ಅವರೆಲ್ಲರಿಗೂ ಅಚ್ಚರಿ ಈ ನಿಗೂಢ ಲೋಕವನ್ನು ಇವನು ಹೊಕ್ಕಿದ್ದಾದರೂ ಯಾವಾಗ ಎಂದು. ಆಗೆಲ್ಲಾ ನಾನು ಕಿ ರಂ ರನ್ನು ದಂತ ಕಥೆಯಾಗಿ ಪರಿವರ್ತಿಸುತ್ತಿದೆ.

ಬೆಂಗಳೂರಿನ ಹೋಟೆಲ್ ಗಳನ್ನು ರಸಾಸ್ವಾದನೆಗೆ ಬಳಸಿಕೊಂಡ ನನಗೆ ಕಾವ್ಯದ ರುಚಿ ಹತ್ತಿದ್ದು ಬಸವನಗುಡಿ ನ್ಯಾಷನಲ್ ಕಾಲೇಜಿನಲ್ಲಿ ಕಣ್ಣು ತೆರೆಯುತ್ತಾ ಹೋದ 'ಕಾವ್ಯ ಮಂಡಲ'ದ ಅಂಗಳದಲ್ಲಿ.

ಒಂದು ಭಾನುವಾರದ ಕಾವ್ಯ ಮಂಡಲದಲ್ಲಿ ಎಚ್ ಎಸ್ ಶಿವಪ್ರಕಾಶರ ಕವಿತೆಗಳನ್ನು ಓದಲು ನನಗೇ ಆಹ್ವಾನ ನೀಡಿದರು. ಆ ವೇಳೆಗೆ ನಾನು ಶಿವಪ್ರಕಾಶರ ಜೊತೆಗೆ ಎಷ್ಟು ಸುತ್ತಿದ್ದೆ ಮತ್ತು ಅವರ ಬಹುತೇಕ ಎಲ್ಲಾ ಕವಿತೆ, ನಾಟಕಕ್ಕೆ ಕಿವಿಯಾಗಿದ್ದೆ ಎಂದರೆ ನಾನು ನನಗೆ ಗೊತ್ತಿಲ್ಲದಂತೆಯೇ ಥೇಟ್ ಶಿವಪ್ರಕಾಶರ ವಾಚನದ ವಿನ್ಯಾಸದಲ್ಲಿಯೇ ಕವಿತೆಗಳನ್ನು ಓದಿದ್ದೆ.

ಕಿ ರಂ ನಂತರ ಹೇಳಿದ್ದರು 'ಕವಿತೆಗೆ ಒಂದೇ ದನಿಯಿರುವುದಿಲ್ಲ. ಅದಕ್ಕೆ ನಿನ್ನದೇ ಉಸಿರು ಜೋಡಿಸಿ ನೋಡು' ಎಂದು. ಆ ಕ್ಷಣದಲ್ಲಿ ಅವರು ನನಗೆ ಕವಿತೆಯನ್ನು ನನ್ನದಾಗಿಸಿಕೊಳ್ಳಲು ಒಂದು ದೊಡ್ಡ ಪಟ್ಟು ಕಲಿಸಿದ ಜಟ್ಟಿಯಂತೆ ಕಂಡಿದ್ದರು.

ಕಿ ರಂ ಹಾಗೆ ಬಿಟ್ಟುಕೊಟ್ಟ ಗುಟ್ಟುಗಳ ಲೆಕ್ಕ ಇಟ್ಟವರಾರು. ಪ್ರತಿಯೊಬ್ಬರಿಗೂ ಇಂತಹ ಎಷ್ಟೋ ನೆನಪುಗಳನ್ನು ಕೈನಲ್ಲಿಟ್ಟು ಅವರು ನಡೆದು ಹೋದರು. ನನ್ನ ಮೊದಲ ಕವಿತಾ ಸಂಕಲನ 'ಸೋನೆ ಮಳೆಯ ಸಂಜೆ' ಹೊರ ಬಂದಾಗ ವಿಶ್ವವಿದ್ಯಾಲಯ ಹೊರತರುತ್ತಿದ್ದ ಸಾಹಿತ್ಯ ಪತ್ರಿಕೆಗೆ ಪರಿಚಯಿಸಲು ನನ್ನ ಕೃತಿಯನ್ನೇ ಆಯ್ದುಕೊಂಡರು ಎನ್ನುವುದು ನನ್ನ ತುರುಬಿಗೆ ಸಿಕ್ಕ ಗರಿ. ನನ್ನ ಕನಸಾದ ಮೇಫ್ಲವರ್ ಮೀಡಿಯಾ ಹೌಸ್ ನ ಅಂಗಳಕ್ಕೆ ಬಂದು ಲಂಕೇಶರ ಬಗ್ಗೆ ಹಲವು ಒಳನೋಟಗಳನ್ನು ಕಟ್ಟಿಕೊಟ್ಟದ್ದು, ಶಿವಾಜಿನಗರ ಎನ್ನುವುದು ರಾತ್ರಿಯಾಗುತ್ತಿದ್ದಂತೆ ಮಾಂಸದ ಅಡ್ಡೆಯಾಗುವುದು.. ನಾನು ಪದವಿಯಲ್ಲಿ ವಿದ್ಯಾರ್ಥಿ ಸಂಘದ ಚುನಾವಣೆಗೆ ನಿಂತಾಗ ತಾವೂ ಪ್ರಚಾರದ ಪೋಸ್ಟರ್ ಅಂಟಿಸಿದ್ದು, ನನ್ನ 'ಪಂಪ ಬಿಕ್ಕುತಾನೆ..' ಕವಿತೆಯನ್ನು ಅವರ ಕವಿತೆಯೇನೋ ಎಂಬಂತೆ ಮೆರೆಸಿದ್ದು ಎಲ್ಲವೂ ನನ್ನೊಳಗೆ ಇರುವ ಘಮ.

ಹೀಗನ್ನುವಾಗಲೇ ನನಗೆ ಗೆಳೆಯ, ಚಿತ್ರ ನಿರ್ದೇಶಕ ಪರಮೇಶ್ವರ ಗುರುಸ್ವಾಮಿ ಹೇಳಿದ್ದು ನೆನಪಿಗೆ ಬರುತ್ತದೆ. ಅವರಿಗೆ ಘಮದ ಬಗ್ಗೆ ಒಳ್ಳೆಯ ಜ್ಞಾನವಿತ್ತು. ಅತ್ತರಿನ ಬಗ್ಗೆ ಇದ್ದ ಜ್ಞಾನ ಅವರನ್ನು ಬೆಂಗಳೂರಿನ ನೂರೆಂಟು ಗಲ್ಲಿಗಳನ್ನು ಸುತ್ತಿಸಿತ್ತು, ಹಲವಾರು ಪುಸ್ತಕ ತಿರುವಿ ಹಾಕುವಂತೆ ಮಾಡಿತ್ತು, ಮನೆಯನ್ನು ಒಂದು ಪರಿಮಳದ ಪಲ್ಲಕ್ಕಿಯೇನೋ ಎಂದು ಅನುಮಾನ ಬರುವಂತೆ ಪರಿವರ್ತಿಸುವುದನ್ನು ಕಲಿಸಿತ್ತು. ಅತ್ತರಿನ ಬಗ್ಗೆ ಆ ವೇಳೆಗೆ ಇದ್ದ ಎಲ್ಲಾ ಚಲನಚಿತ್ರಗಳನ್ನು ಸಂಗ್ರಹಿಸಿ ನೋಡುವಂತೆ ಮಾಡಿತ್ತು.

ಕನ್ನಡವನ್ನು ಇನ್ನಷ್ಟು ಪ್ರೀತಿಸುವಂತೆ ಮಾಡಿದ, ಕವಿತೆಯನ್ನು ಇನ್ನಷ್ಟು ಎದೆಗೆ ಹತ್ತಿರವಾಗುವಂತೆ ಮಾಡಿದ ಕಿ ರಂ ಬಗ್ಗೆ ಎಲ್ಲರಿಗೂ ವಿಶೇಷ ಪ್ರೀತಿ. ಅಂತಹ ಜೀವ ಉಳಿಸಿ ಹೋದ ಘಮವನ್ನು, ಅವರನ್ನು ಅತಿ ಸನಿಹದಿಂದ ಕಂಡ ಶೂದ್ರ ಶ್ರೀನಿವಾಸ್ ಹಿಡಿದಿಟ್ಟಿದ್ದಾರೆ. ಇದನ್ನು ಓದಿದ ನಿಮ್ಮೊಳಗೂ ಆ ಘಮ ಅರಳಲಿ..

ಜಿ ಎನ್ ಮೋಹನ್

ಕಿರಂ ಲೋಕ

ಕಿರಂ ಕಟ್ಟಿಕೊಟ್ಟ ಮನೋಲೋಕ

ಶೂದ್ರ ಶ್ರೀನಿವಾಸ್

ಬಹುರೂಪಿ

ಎಂಬೆಸಿ ಸೆಂಟರ್, 111, ಮೊದಲನೇ ಮಹಡಿ, ಕ್ರೆಸೆಂಟ್ ರಸ್ತೆ,
ಕುಮಾರಪಾರ್ಕ್ ಈಸ್ಟ್, ಬೆಂಗಳೂರು 560 001.

ದೂರವಾಣಿ: 70191 82729 editor.bahuroopi@gmail.com

Online Book Store: bahuroopi.in

facebook: bahuroopi.official/

KI RAM LOKA
An autobiography of noted writer
and Critic Ki Ram Nagaraj
By **Shudra Srinivas**
Published by **Bahuroopi**

Written By
Shudra Srinivas
78998 96744
shudrasrinivas@gmail.com

Published By
Bahuroopi
Embassy Centre, 111, First Floor,
Crescent Road, Kumarapark East,
Bangalore 560 001.
--
editor.bahuroopi@gmail.com
Mobile: 70191 82729

online book store:
bahuroopi. in

ಬಹುರೂಪಿ
ಪ್ರಕಟಣೆಗಳಿಗಾಗಿ ಈ
QR ಕೋಡ್ ಅನ್ನು
ಸ್ಕ್ಯಾನ್ ಮಾಡಿ.

Paper: 70 GSM Maplitho
Size: 1/8th Demy
First Edition: November 2019

ISBN : 978-81-942917-1-8
Pages: 72
Price: Rs. 100

Cover Photo: **Nethra Raju**
Cover Design: **Gousi Arts**
Design: **Sagar M S**

Printed at
Regal Print Service
Bangalore

ಕಿ ರಂ ಎಂಬ ರೂಪಕ

ಮಹಾನ್ ಲೇಖಕ, ಚಿಂತಕ, ತತ್ವಜ್ಞಾನಿ ಮತ್ತು ಹೋರಾಟಗಾರನಾದ ಆಲ್ಬರ್ಟ್ ಕಮೂವಿನ ಒಂದು ಮಾರ್ಮಿಕ ನುಡಿ ಇದೆ: ನೀನು ಸಂತನಾಗಬೇಕಾದರೆ, ಬದುಕಿ ತೋರಿಸಬೇಕು ಎಂದು. ಈ ನುಡಿಯನ್ನು ಕಿ.ರಂ ಅವರಿಗೆ ಸೂಚಿಸಿ ಹೇಳಿದ್ದಲ್ಲ. ಆದರೆ ಅವರು ಸುಮ್ಮನೆ ಹಾಗೆ ಬದುಕಿದ್ದರು. ಆದ್ದರಿಂದ ನಾವು ಎಲ್ಲಿಯೇ ಆಗಲಿ; ಸಾಹಿತ್ಯ, ಸಂಸ್ಕೃತಿ, ಸಮಾಜ, ರಾಜಕೀಯ ಕುರಿತು ಮತಾಡಲು ಕೂತರೆ ಅಲ್ಲಿ ಕಿ.ರಂ ಅವರು ಯಾವುದಾದರೂ ಒಂದು ರೂಪದಲ್ಲಿ; ರೂಪಕದಂತೆ ಪ್ರತಿಮಾ ರೂಪಿಯಾಗಿ ಕೂತಿರುತ್ತಾರೆ. ಅವರು ಹಾಗೆ ಬದುಕಿ ನಾವ್ಯಾರೂ ಊಹಿಸಿಕೊಳ್ಳಲು ಆಗದ ರೀತಿಯಲ್ಲಿ ಹೋಗಿದ್ದಾರೆ.

ಅವರು ಬದುಕಿರುವಾಗಲೇ ಈ ಕೃತಿಯ ಮೊದಲ ಭಾಗವನ್ನು ಬರೆದಿದ್ದೆ. ಶೂದ್ರದ 'ಕನಸಿಗೊಂದು ಕಣ್ಣು' ಅಂಕಣದಲ್ಲಿ. ಆಗ ಕಿ.ರಂ ಮೇಸ್ಟ್ರ ಎರಡನೆಯ ಮಗಳು ಕವನ ಅವರು "ಶೂದ್ರ ಅವರೆ, ಅಪ್ಪನ ಬಗ್ಗೆ ಏನೋ ಬರಿದಿದ್ದೀರಂತೆ" ಎಂದು ಕೇಳಿದರು. ಆದರೆ ಅದಕ್ಕೆ ಕಿ.ರಂ ಅವರು "ಹೂಂ ಬರೆದಿದ್ದಾನೆ, ನನ್ನ ಫಿನಿಷ್ ಮಾಡಿದ್ದಾನೆ." ಎಂದಾಗ ನನಗೆ ನಗು ತಡೆಯಲಾಗಲಿಲ್ಲ. ಆದರೆ ಆ ಹುಡುಗಿ ಗಾಬರಿಗೊಂಡಿದ್ದಳು. ಮೇಷ್ಟ್ರು ಫಿನಿಷ್ ಮಾಡಿದ್ದಾನೆ ಎಂದಾಗ; ಒಂದು ಕ್ಷಣ ಮೇಷ್ಟ್ರು ಲಂಕೇಶ್ ಅವರು ನೆನಪಿಗೆ ಬಂದಿದ್ದರು. ಯಾಕೆಂದರೆ, ಅವರು ಎರಡು ಮೂರು ಬಾರಿ ತಮ್ಮ 'ಟೀಕೆ ಟಿಪ್ಪಣಿ' ಅಂಕಣದಲ್ಲಿ 'ಶೂದ್ರ ಎಂದಾದರೂ ನನ್ನನ್ನು ಫಿನಿಷ್ ಮಾಡುವನು' ಎಂದು ತಮಾಷೆಯಾಡಿದ್ದರು. ಇರಲಿ, ಅವರು ಕಾಲವಾದ ನಂತರ ಎರಡನೆಯ ಭಾಗವನ್ನು ಬರೆಯಲು ಸಾಧ್ಯ ಬಹುರೂಪಿ ಮೇಷ್ಟ್ರು ತಮ್ಮ ಬಾಲ್ಯದಲ್ಲಿ ಬದುಕಿದ ಹಾಸನ ಜಿಲ್ಲೆಯ ಕಿತ್ತಾನೆ ಹಳ್ಳಿಗೆ ಹೋಗಿ, ಅವರ ಪೂರ್ವಿಕರ ಮನೆ ನೋಡಿ ಅದರ ಅನಾಥತೆ ಕಂಡು ಮನಸ್ಸಿಗೆ ಪಿಚ್ಚೆನಿಸಿ ಗೆಳೆಯರಾದ ಜಯಶಂಕರ್ ಹಲಗೂರು ಮತ್ತು ಆನೇಕಲ್ ಭೈರಪ್ಪ ಅವರು ವಾಪಸ್ಸು ಬಂದಿದ್ದೆವು. ಆ ಎಲ್ಲಾ ಅನುಭವವನ್ನು ಸೇರಿಸಿ ಬರೆಯಲಾಗಿದೆ. ನನ್ನ ಅನುಭವದ ಚೌಕಟ್ಟಿನಲ್ಲಿ ನಾನು ಗ್ರಹಿಸಿದಂತೆ ದಾಖಲಿಸಿರುವಂಥದ್ದು. ಇದರ ಬಗ್ಗೆ ಸಾಕಷ್ಟು ಕಾಳಜಿವಹಿಸಿರುವ ಪ್ರಸಿದ್ಧ ವಿಮರ್ಶಕರಾದ ಪ್ರೊ.ದಂಡಪ್ಪ ಅವರು ಮುನ್ನುಡಿಯನ್ನು ಬರೆದಿದ್ದಾರೆ.

ಇದನ್ನು ಕ್ರಿಯಾಶೀಲ ಲೇಖಕರು, ಪತ್ರಕರ್ತರು ಮತ್ತು ಸಾಂಸ್ಕೃತಿಕ ವಾಗಿ ಬಹುಮುಖ್ಯ ಜಾಲತಾಣವಾಗಿರುವ 'ಅವಧಿ'ಯ ಜಿ.ಎನ್ ಮೋಹನ್ ಅವರು ತಮ್ಮ 'ಬಹುರೂಪಿ'ಯಿಂದ ಪ್ರಕಟಿಸುತ್ತಿ ದ್ದಾರೆ. ಅವರಿಗೂ ಅಕ್ಷರ ಜೋಡಣೆಯ ವೇಣುಕುಮಾರ್ ಮತ್ತು ಶ್ರೀಮತಿ ಪದ್ಮ ಅವರಿಗೆ ಋಣಿಯಾಗಿರುವೆ. ಹಾಗೆ ಗೆಳೆಯರಾದ ನಲ್ಲೂರು ಪ್ರಸಾದ್, ಎಲ್.ಎನ್. ಮುಕುಂದರಾಜ್, ಜಯಶಂಕರ್ ಹಲಗೂರು, ಆನೇಕಲ್ ಭೈರಪ್ಪ, ಪ್ರದೀಪ್ ಮಾಲ್ಗುಡಿ, ಕಾವ್ಯ ಮಂಡಲದ ವೆಂಕಟೇಶಮೂರ್ತಿಯವರಿಗೆ ಧನ್ಯವಾದಗಳು.

ಶೂದ್ರ ಶ್ರೀನಿವಾಸ್

ಅಂತರಂಗ–ಬಹಿರಂಗ ಅಭಿವ್ಯಕ್ತಿ..

ಶೂದ್ರ ಶ್ರೀನಿವಾಸ ಅವರು ಈಗಾಗಲೇ ರಾಮಕೃಷ್ಣ ಹೆಗಡೆ, ದೇವರಾಜ ಅರಸು, ಎಸ್.ವೆಂಕಟರಾಮ್, ಕೆ.ಮರುಳಸಿದ್ದಪ್ಪ, ಜಿ.ಎಸ್.ಶಿವರುದ್ರಪ್ಪ, ಲಂಕೇಶ್, ಅನಂತ ಮೂರ್ತಿ (ಎರಡು ಕೃತಿಗಳು) ಅವರುಗಳನ್ನು ಕುರಿತು ಜೀವನ ಚರಿತ್ರೆಯನ್ನು ಬರೆದಿದ್ದಾರೆ. ಶೂದ್ರ ಶ್ರೀನಿವಾಸ ಅವರ ಬರವಣಿಗೆಯ ಶೈಲಿ ವಿಭಿನ್ನವಾದದ್ದು. ಅವರು ಜೀವನ ಚರಿತ್ರೆಯನ್ನು ಬರೆಯುವಾಗ ಸಿದ್ಧ ಮಾರ್ಗಗಳನ್ನು ಉಲ್ಲಂಘಿಸುತ್ತಾರೆ. ಸಾಮಾನ್ಯವಾಗಿ ಜೀವನ ಚರಿತ್ರೆಯೆಂದರೆ ಹುಟ್ಟಿದ್ದು, ಬೆಳೆದದ್ದು, ಸಾಧಿಸಿದ್ದು ಇತ್ಯಾದಿಗಳನ್ನು ಒಂದು ಕ್ರಮಾನುಕ್ರಮಣಿಕೆಯಲ್ಲಿ ಬರೆಯುವುದು ಎಂದು ಭಾವಿಸಲಾಗುತ್ತದೆ. ಈ ಭಾವನೆಯಿಂದಲೇ ಕನ್ನಡದಲ್ಲಿ ಹಲವಾರು ಜೀವನ

ಚರಿತ್ರೆಗಳನ್ನು ಬರೆಯಲಾಗಿದೆ. ಆದರೆ ಶೂದ್ರ ಶ್ರೀನಿವಾಸ ಅವರು ಜೀವನ ಚರಿತ್ರೆಯೆಂದರೆ "ವ್ಯಕ್ತಿಯೊಬ್ಬನ ಜೀವನದ ಸತ್ಯಸಂಗತಿಗಳು, ಅವನ ಜೀವನದಲ್ಲಿ ನಡೆದಿರಬಹುದಾದ ಘಟನೆಗಳು, ಅವನ ಬದುಕಿನ ಅನುಭವಗಳು, ಅವನು ಬದುಕಿದ್ದ ಪರಿಸರ, ಆ ಪರಿಸರದಲ್ಲಿ ಇದ್ದ ವ್ಯಕ್ತಿಗಳ ಗುಣ, ಸ್ವಭಾವ ಮತ್ತು ಅವನ ಪರಿಸರದಲ್ಲಿದ್ದ ಸಾಂಸ್ಕೃತಿಕ ಚಟುವಟಿಕೆಗಳ ದಾಖಲೆ" ಎಂದು ವ್ಯಾಖ್ಯಾನಿಸಿಕೊಂಡಿದ್ದಾರೆ. ಆದ್ದರಿಂದ ಶೂದ್ರ ಶ್ರೀನಿವಾಸ ಅವರ ಮೇಲ್ಕಂಡ ಎಲ್ಲಾ ಜೀವನ ಚರಿತ್ರೆಗಳಲ್ಲಿ ಕನ್ನಡ ಸಾಂಸ್ಕೃತಿಕ ಲೋಕದ ವಿವರಗಳ ನಿರೂಪಣೆ ಇರುತ್ತದೆ. ಆ ನಿರೂಪಣೆಯಲ್ಲಿ ಅವನ ಬದುಕಿನ, ಘಟನೆಗಳನ್ನು, ದೇಶ, ಕಾಲವನ್ನೊಳಗೊಂಡಂತೆ ಪೋಣಿಸಲಾಗಿದೆ. ಕಿರಂ ನಾಗರಾಜ ಬಗ್ಗೆಯಾಗಲಿ, ಲಂಕೇಶ್, ಅನಂತಮೂರ್ತಿ, ಜಿ.ಎಸ್.ಎಸ್. ಬಗ್ಗೆಯಾಗಲಿ, ಕೆ. ಮರುಳಸಿದ್ದಪ್ಪ ಅವರ ಬಗ್ಗೆಯಾಗಲಿ ಬರೆಯುವಾಗ ಇದೇ ಮಾದರಿಯನ್ನು ಅನುಸರಿಸುತ್ತಾರೆ. ಇತ್ತೀಚೆಗೆ ಬಂದ ಲಂಕೇಶ್ ಅವರ ಜೀವನ ಚರಿತ್ರೆಯಲ್ಲಿಯೂ ಅವರ ಕಾಲದ ಸಾಂಸ್ಕೃತಿಕ ಲೋಕದ ಪರಿಸರ, ಘಟನೆಗಳು, ವ್ಯಕ್ತಿಗಳು ಬರುತ್ತವೆ. ಇದರಿಂದಾಗಿ ಶೂದ್ರ ಅವರ ಜೀವನ ಚರಿತ್ರೆಯ ಬರವಣಿಗೆ ಆ ಕಾಲಘಟ್ಟದ ಸಾಂಸ್ಕೃತಿಕ ಚರಿತ್ರೆಯಾಗಿಬಿಡುತ್ತದೆ. ಇದು ಬಹಳ ಮುಖ್ಯವಾದದ್ದು. ಈ ಗುಣ ಇದ್ದಾಗಲೇ ಜೀವನ ಚರಿತ್ರೆಯೊಂದು ಸಾಹಿತ್ಯದ ಪ್ರಕಾರವಾಗುವುದು ಸಾಧ್ಯವಾಗುತ್ತದೆ. ಜಾನ್ಸನ್‌ನ ಲೈವ್ಸ್ ಆಫ್ ಪೋಯೆಟ್ಸ್ (1779) ಎಂಬ ಗ್ರಂಥ ಬಂದಾಗ ಅದು ತನ್ನ ವಿಶಿಷ್ಟ ಗುಣಗಳಿಂದಾಗಿ ಸಾಹಿತ್ಯ ಪ್ರಕಾರದಲ್ಲಿ ಒಂದು ಸ್ಥಾನ ಪಡೆದುಕೊಂಡಿತು. ಅನೇಕ ಜೀವನ ಚರಿತ್ರೆಗಳು ಏಕಮುಖವಾಗಿ ರಚನೆಯಾಗಿರುವುದರಿಂದ ಅವು ಬರೀ ಶುಷ್ಕ ಚರಿತ್ರೆಯ ಗ್ರಂಥಗಳಾಗಿ ಉಳಿದಿವೆ. ಶೂದ್ರ ಶ್ರೀನಿವಾಸ ಅವರು ಬರೆದಿರುವ ಜೀವನ ಚರಿತ್ರೆಗಳು ಬರೀ ಘಟನೆಗಳ ದಾಖಲೆಯಾಗದೆ, ಸಾಂಸ್ಕೃತಿಕ ಚರಿತ್ರೆಯಾಗಿದೆ. ಇತ್ತೀಚೆಗೆ ಬಂದ ಲಂಕೇಶ್ ಅವರ ಜೀವನ ಚರಿತ್ರೆ ಒಂದು ಕಾದಂಬರಿಯಂತೆ ಕಲಾಕೃತಿಯೇ ಆಗಿದೆ ಎಂಬುದನ್ನು ನಾವು ಸೋದಾಹರಣವಾಗಿ ವಿಶ್ಲೇಷಿಸಲು ಸಾಧ್ಯವಿದೆ. ಜೀವನ ಚರಿತ್ರೆಗೂ, ಕಾದಂಬರಿಗೂ ಒಂದು ಅವಿನಾಭಾವ ಸಂಬಂಧವಿದೆ. ಜೀವನ ಚರಿತ್ರೆಯನ್ನು ಆಧರಿಸಿ ವಾಸ್ತವಿಕತೆ ಮತ್ತು ಫಿಕ್ಷನ್ ತಂತ್ರಗಳ ಮಿಶ್ರಣದ ಕಾದಂಬರಿಗಳು ಬಂದಿವೆ. ಕನ್ನಡದಲ್ಲಿ ಇದಕ್ಕೆ ಉದಾಹರಣೆ: ಶಿವರಾಮ ಕಾರಂತರ 'ಬೆಟ್ಟದ ಜೀವ', ಇಂಗ್ಲೀಷ್‌ನಲ್ಲಿ ಜೀವನ ಚರಿತ್ರೆಯನ್ನು ಒಂದು ತಂತ್ರವಾಗಿ ಬಳಸಿಕೊಂಡ ಕಾದಂಬರಿಗಳು

ಬಹಳಷ್ಟು ಬಂದಿವೆ. ಜೀವನ ಚರಿತ್ರೆ, ಆತ್ಮಕತೆ, ಮತ್ತು ಕಾದಂಬರಿಗಳ ನಡುವೆ ವ್ಯತ್ಯಾಸ ಗುರುತಿಸುವುದು ಅಗತ್ಯ ಎಂದು ಹಲವಾರು ವಿಮರ್ಶಕರು ತಮ್ಮ ನಿಲುವನ್ನು ಪ್ರಕಟಿಸಿದ್ದಾರೆ. ಆಫ್ರಿಕನ್ ಲೇಖಕರಲ್ಲಿ ಇಂತಹ ಬರವಣಿಗೆಗಳು ಬಂದಿವೆ. ಲಂಕೇಶ್ ಅವರ ಜೀವನ ಚರಿತ್ರೆಯನ್ನಾಗಲಿ, ಕಿರಂ ಅವರ ಜೀವನ ಚರಿತ್ರೆಯನ್ನಾಗಲಿ, ಓದಿದಾಗ ನಮಗೆ ಕಾದಂಬರಿ ಮತ್ತು ಜೀವನ ಚರಿತ್ರೆ ಬೇರೆ ಬೇರೆಯಲ್ಲ ಎಂಬ ಭಾವನೆ ಬಂದುಬಿಡುತ್ತದೆ. ಅಷ್ಟರಮಟ್ಟಿಗೆ ಶೂದ್ರ ಅವರ ಸೃಜನಶೀಲತೆ ಈ ಕೃತಿಗಳಲ್ಲಿ ಕಾಣಿಸಿಕೊಂಡಿದೆ.

ಶೂದ್ರ ಶ್ರೀನಿವಾಸ ಅವರಿಗೆ ಇಂಗ್ಲೀಷ್‌ನ ಅತ್ಯುತ್ತಮ ಜೀವನ ಚರಿತ್ರೆಕಾರ ಜಾನ್ಸನ್‌ನ ಬದುಕು, ಸಾಧನೆ, ಕೊಡುಗೆಗಳು ತುಂಬಾ ಇಷ್ಟವಾದವು. ಆದ್ದರಿಂದಲೇ 1791ರಲ್ಲಿ ಬಾಸ್ವೆಲ್ ಬರೆದ ಲೈಫ್ ಆಫ್ ಜಾನ್ಸನ ಕೃತಿಯನ್ನು ಬಹಳ ಮೆಚ್ಚಿಕೊಳ್ಳುತ್ತಾರೆ. 'ಲಂಕೇಶ್, ಮೋಹಕ ರೂಪಕಗಳ ನಡುವೆ' ಕೃತಿಯ ಪ್ರಾಸ್ತಾವಿಕ ಮಾತುಗಳಲ್ಲಿ "ನಾನು ಡಾ. ಜಾನ್ಸನ್ ಮತ್ತು ಬಾಸ್ವೆಲ್ ಎಂಬ ಎರಡು ದೀಪಸ್ತಂಭಗಳನ್ನು 'ರೂಪಕ'ವಾಗಿಟ್ಟುಕೊಂಡು 'ಲಂಕೇಶ್ ಮೋಹಕ ರೂಪಗಳ ನಡುವೆ' ಕೃತಿಯನ್ನು ನೋಡಲು ಪ್ರಯತ್ನಿಸಿರುವೆ. ಇಲ್ಲಿ ನನಗೆ ಲಂಕೇಶ್ ಅವರ ವ್ಯಕ್ತಿತ್ವವೇ ಪ್ರಧಾನ" ಎಂದು ಹೇಳಿರುವ ಮಾತುಗಳು ಕಿರಂ ಅವರ ಜೀವನ ಚರಿತ್ರೆಗೂ ಅನ್ವಯವಾಗುತ್ತದೆ. ಅಷ್ಟೇ ಏಕೆ ಇದಕ್ಕಿಂತ ಹಿಂದೆ ಬರೆದಿರುವ ರಾಮಕೃಷ್ಣ ಹೆಗಡೆ, ದೇವರಾಜ ಅರಸು, ಎಸ್.ವೆಂಕಟರಾಮ್, ಕೆ.ಮರುಳುಸಿದ್ದಪ್ಪ, ಜಿ.ಎಸ್. ಶಿವರುದ್ರಪ್ಪ, ಅನಂತಮೂರ್ತಿ (ಎರಡು ಕೃತಿಗಳು) ಇವರನ್ನು ಕುರಿತು ಬರವಣಿಗೆಗಳಲ್ಲೂ ಇದೇ ಮಾರ್ಗವನ್ನು ಅನುಸರಿಸಿದ್ದಾರೆ. ಅವರು ಹೇಳಿರುವ ಮತ್ತೊಂದು ಮಾತು ಅತ್ಯುತ್ತಮ ಜೀವನ ಚರಿತ್ರೆಕಾರನಿಗೆ ಇರಬೇಕಾದ ಪ್ರಮುಖವಾದ ಗುಣ, ಅವರು "ನನ್ನ ಅನುಭವ ಮತ್ತು ಗ್ರಹಿಕೆಯ ನೆಲೆಯಲ್ಲಿ ಎಲ್ಲಾ ಸಂಗತಿಗಳನ್ನು ನೋಡಲು ಪ್ರಯತ್ನಿಸಿರುವೆ" ಎಂದು ಹೇಳುತ್ತಾರೆ. ಇದೂ ಕೂಡಾ ಪ್ರಮುಖವಾದದ್ದು. ಒಬ್ಬ ಜೀವನ ಚರಿತ್ರೆಕಾರ ತನ್ನ ಅನುಭವದ ಸಂವೇದನೆ ಮತ್ತು ವಿಚಾರಗಳ ಮೂಲವನ್ನು ಒಳಗೊಳ್ಳುವಂತೆ ಬರೆದಾಗ ಅದು ಅತ್ಯುತ್ತಮ ಕಲಾತ್ಮಕವಾದ ಕೃತಿಯಾಗುತ್ತದೆ. ಅತ್ಯುತ್ತಮ ಜೀವನ ಚರಿತ್ರೆಯಾಗುತ್ತದೆ. ತಮ್ಮ ಅನುಭವದ ಗ್ರಹಿಕೆಯಲ್ಲಿ ಘಟನೆಗಳನ್ನು ಸಾಂಸ್ಕೃತಿಕ ಪರಿಸರವನ್ನು ವಿವರಿಸಿರುವುದರಿಂದ ಕಿರಂ

ನಾಗರಾಜ ಅವರ ಜೀವನ ಚರಿತ್ರೆಯು ಕಾದಂಬರಿಯ ಸ್ವರೂಪವನ್ನು ಪಡೆದುಕೊಂಡಿದೆ. ಉತ್ತಮವಾದ, ಶ್ರೇಷ್ಠವಾದ ಜೀವನ ಚರಿತ್ರೆಯ ಲಕ್ಷಣವೂ ಕೂಡಾ ಇದೇ ಆಗಿರುತ್ತದೆ. ಆಗಿರಬೇಕು. ಬಾಸ್ವೆಲ್ ಬರೆದಿರುವ ಜಾನ್ಸನ್‌ನ ಜೀವನ ಚರಿತ್ರೆಯಲ್ಲಿ ಬಾಸ್ವೆಲ್‌ನ ವ್ಯಕ್ತಿತ್ವವೂ ಅನಾವರಣಗೊಂಡಿದೆ. ಹಾಗೆಯೇ ಶೂದ್ರ ಶ್ರೀನಿವಾಸ ಅವರು ಬರೆದಿರುವ ಜೀವನ ಚರಿತ್ರೆಗಳಲ್ಲಿ ಕಿರಂ ನಾಗರಾಜ ಅವರ ಜೀವನ ಚರಿತ್ರೆಯೂ ಒಳಗೊಂಡಂತೆ ಶ್ರೀನಿವಾಸರ ವ್ಯಕ್ತಿತ್ವವೂ ಕೂಡಿಕೊಂಡಿದೆ. ಆದ್ದರಿಂದಲೇ ಈ ಬರವಣಿಗೆಗೆ ಒಂದು ಅಧಿಕೃತತೆ ಬಂದಿದೆ.

ಕಿರಂ ನಾಗರಾಜರ ಜೀವನ ಚರಿತ್ರೆಯನ್ನು ಕಟ್ಟಿಕೊಡುವಾಗ ಅವರ ಸಾಹಿತ್ಯದ ಬಗೆಗಿನ ಅಭಿರುಚಿ ಎಂತಹದ್ದು, ಅವರು ಪಾಠ ಮಾಡುತ್ತಿದ್ದ ರೀತಿ, ಅವರ ವಿದ್ವತ್ತು ಪಠ್ಯವನ್ನು ವಿವರಿಸಿ ವಿಶ್ಲೇಷಿಸುತ್ತಿದ್ದ ಕ್ರಮ, ಅವರ ಒಳನೋಟಗಳು, ಇತ್ಯಾದಿಗಳನ್ನು ನಿದರ್ಶನಗಳ ಮೂಲಕ ಸೋದಾಹರಣವಾಗಿ ಈ ಬರವಣಿಗೆ ನಮ್ಮ ಮುಂದಿಡುತ್ತದೆ, ಕಿರಂ ಅವರು, ಕಾವ್ಯಪ್ರಿಯರು, ಪಾಶ್ಚಾತ್ಯ–ಪೌರಾತ್ಯ ಕಾವ್ಯಗಳನ್ನೆಲ್ಲಾ ಓದಿಕೊಂಡಿದ್ದ ಕಿರಂ ಅವರು ಕನ್ನಡದ ಯಾವುದೇ ಕವಿಯ ಕಾವ್ಯವನ್ನು ಚರ್ಚಿಸುವಾಗ ಜಗತ್ತಿನ ಎಲ್ಲಾ ಕವಿಗಳ ಕಾವ್ಯಗಳನ್ನು ತೌಲನಿಕವಾಗಿ ಚರ್ಚಿಸುತ್ತಿದ್ದರು. ಪಂಪನ ಕಾವ್ಯಗಳನ್ನು ಚರ್ಚಿಸುವಾಗ ಹೋಮರ್, ಡಾಂಟೆ, ಪುಷ್ಕಿನ್, ಟಾಲ್‌ಸ್ಟಾಯ್ ಇತ್ಯಾದಿ ಜಗತ್ತಿನ ಎಲ್ಲಾ ಮಹತ್ವದ ಲೇಖಕರನ್ನು ಚರ್ಚೆಗೆ ತರುತ್ತಿದ್ದರು. ಆದಿಪುರಾಣವನ್ನು, ಪುರಾಣ ಪ್ರತೀಕಗಳ ನೆಲೆಯಲ್ಲಿ ಅಧ್ಯಯನ ಮಾಡುವುದರಿಂದ ಅದರ ಕಾವ್ಯಮೌಲ್ಯ ಮತ್ತು ಆ ಕಾವ್ಯದ ಸಾಂಸ್ಕೃತಿಕ ವಿಚಾರಗಳನ್ನು ಹೇಗೆ ಗ್ರಹಿಸಬಹುದೆಂಬುದನ್ನು ಅವರು ವಿದ್ಯಾರ್ಥಿಗಳಿಗೆ ಹೇಳುತ್ತಿದ್ದರು. ಎಲ್ಲಕ್ಕಿಂತ ಮುಖ್ಯವಾಗಿ ಕಿರಂ ಅವರು ಸಾಹಿತ್ಯವನ್ನು ಎಲ್ಲಾ ಜ್ಞಾನ ಶಾಖೆಗಳಂತೆ ಒಂದು ಜ್ಞಾನಶಾಖೆ ಎಂದು ಪರಿಗಣಿಸಿದ್ದರು. ಅದು ವಿಜ್ಞಾನವೂ ಹೌದು ಕಲೆಯೂ ಹೌದು ಎಂಬುದನ್ನು ಒತ್ತಿ ಒತ್ತಿ ಹೇಳುತ್ತಿದ್ದರು. ಕಾವ್ಯವನ್ನು ಓದುವುದು ಹೇಗೆ ಎಂಬುದನ್ನು ಅವರು ಮನವರಿಕೆ ಮಾಡಿಕೊಡುವಾಗ ಕವಿ ಬಳಸುವ ಭಾಷೆ ಮತ್ತು ಕಾವ್ಯ ಶರೀರದಲ್ಲಿರುವ ಭಾಷೆಯ ಧ್ವನಿ, ಲಯ, ಅರ್ಧ ವಿರಾಮ, ಪೂರ್ಣ ವಿರಾಮ, ಆಶ್ಚರ್ಯ ಸೂಚಕ ಚಿಹ್ನೆಗಳನ್ನು ಗುರುತಿಸಿ ಅರ್ಥೈಸಿಕೊಳ್ಳಬೇಕೆಂದು ಸೂಚಿಸುತ್ತಿದ್ದರು. ಇಲ್ಲದಿದ್ದರೆ ಕವಿತೆಯನ್ನು ಅಪಾರ್ಥ ಮಾಡಿಕೊಳ್ಳಲು ಸಾಧ್ಯವಾಗುತ್ತದೆ ಎಂಬುದು ಅವರ ನಿಲುವು.

ಉದಾಹರಣೆಗೆ: ಅಡಿಗರ ಕಾವ್ಯದಲ್ಲಿ ಒಂದು ಆಶ್ಚರ್ಯಸೂಚಕ ಚಿಹ್ನೆ, ಬಂದರೆ ಅದನ್ನು ನಾವು ಗಮನಿಸಬೇಕು. ಆಶ್ಚರ್ಯ ಸೂಚಕ ಚಿಹ್ನೆ ಕಾವ್ಯಶರೀರದಲ್ಲಿ ವ್ಯಂಗ್ಯವನ್ನು ಸೂಚಿಸುತ್ತಿರುತ್ತದೆ. ವ್ಯಂಗ್ಯ ಎಂದು ಗೊತ್ತಾದಾಗಲೇ ಆ ಕವಿತೆಯಲ್ಲಿರುವ ವಿಚಾರವೂ ತಿಳಿಯುತ್ತದೆ. ಇಲ್ಲದಿದ್ದರೆ ಉತ್ತಮವಾದ ಕವಿತೆಯನ್ನು ನಾವು ಸಾಧಾರಣ ಕವಿತೆ ಎಂದು ಪರಿಗಣಿಸುವ ಅಪಾಯವನ್ನು ತಂದುಕೊಳ್ಳುತ್ತೇವೆ ಎಂಬುದು ಅವರ ನಿಲುವಾಗಿತ್ತು. ಈ ವಿಚಾರಗಳನ್ನು ಶೂದ್ರ ಅವರು ವಿವರವಾಗಿ ಬರೆಯುತ್ತಾರೆ.

ಶೂದ್ರ ಶ್ರೀನಿವಾಸ ಅವರು ಬರೆದಿರುವುದು ಬರೀ ಚರಿತ್ರೆಯಲ್ಲ, ಚರಿತ್ರೆ ಯಾವಾಗಲೂ ಭಾವನಾರಹಿತವಾಗಿರುತ್ತದೆ. ಆದರೆ ಜೀವನ ಚರಿತ್ರೆಯಲ್ಲಿ ಲೇಖಕನ ಭಾವಪೂರ್ಣತೆ ಸೇರಿಕೊಳ್ಳುತ್ತದೆ. ಆಗಲೇ ಜೀವನ ಚರಿತ್ರೆ ಕಲಾತ್ಮಕವಾಗಲು ಸಾಧ್ಯವಾಗುತ್ತದೆ. ಜೀವನ ಚರಿತ್ರೆ ಕಲಾತ್ಮಕವಾಗಬೇಕಾದರೆ ಲೇಖಕನ ಭಾವಪೂರ್ಣತೆ ಅನುಸಂಧಾನ ವಾಗಲೇ ಬೇಕಾಗುತ್ತದೆ. ಶೂದ್ರ ಶ್ರೀನಿವಾಸ ಅವರು ಕಿರಂ ಅವರ ಗುಣದೋಷಗಳನ್ನು ನಿರ್ದಾಕ್ಷಿಣ್ಯ ಮತ್ತು ನಿಷ್ಪಕ್ಷಪಾತವಾಗಿ ಘಟನೆಗಳ ಆಧಾರದ ಮೇಲೆ ಕಟ್ಟಿಕೊಡುತ್ತಾರೆ. ಆದರಿಂದ ಇದು ಓದುಗನಿಗೆ ಆಪ್ತವೆನಿಸುತ್ತದೆ. ಮುಂದಿನ ಜನಾಂಗ ನೆನಪಿನಲ್ಲಿಟ್ಟುಕೊಳ್ಳಲೇಬೇಕಾದ ಜೀವನ ಚರಿತ್ರೆಯಾಗುತ್ತದೆ. ಶೂದ್ರ ಶ್ರೀನಿವಾಸರ ಬರವಣಿಗೆಯ ಕ್ರಮವೇ ವಿಶಿಷ್ಟವಾದದ್ದು. ಅವರ ಜೀವನ ಚರಿತ್ರೆಗಳ ಬರವಣಿಗೆಯ ಕ್ರಮ ಅವರಿಗೇ ದತ್ತವಾಗಿರುವಂತಹದ್ದು. ಏಕೆಂದರೆ ಅವರು ಎಲ್ಲಾ ಮಾದರಿಗಳನ್ನು ತಿರಸ್ಕರಿಸಿ, ಶುದ್ಧವಾದ ಜೀವನ ಚರಿತ್ರೆಯನ್ನು ಬರೆಯುತ್ತಾರೆ.

ಜೀವನ ಚರಿತ್ರೆಗಳಲ್ಲಿ ಎರಡು ವಿಧಗಳನ್ನು ವಿಮರ್ಶಕರು ಗುರುತಿಸುತ್ತಾರೆ, ಒಂದು; ಶುದ್ಧವಾದ ಜೀವನ ಚರಿತ್ರೆ, ಎರಡು; ಅಶುದ್ಧ ಜೀವನ ಚರಿತ್ರೆ. ಶುದ್ಧವಾದ ಜೀವನ ಚರಿತ್ರೆಯು ಆ ವ್ಯಕ್ತಿಯ ಬಾಹ್ಯ ಮತ್ತು ಆಂತರ್ಯ ಎರಡರ ಸಮಗ್ರತೆಯನ್ನು ಅದರ ಎಲ್ಲಾ ಮಗ್ಗುಲಗಳಿಂದ ಚಿತ್ರಿಸುತ್ತದೆ. ಶೂದ್ರ ಅವರು ಲಂಕೇಶ್ ಬಗ್ಗೆಯಾಗಲಿ, ಜಿ.ಎಸ್. ಶಿವರುದ್ರಪ್ಪ ಅವರ ಬಗ್ಗೆಯಾಗಲಿ, ಕೆ. ಮರುಳಸಿದ್ದಪ್ಪ ಬಗ್ಗೆಯಾಗಲಿ ಬರೆಯುವಾಗ ಅವರನ್ನು ಅತಿಮಾನುಷ ವ್ಯಕ್ತಿತ್ವದವರನ್ನಾಗಿ ಚಿತ್ರಿಸಿಲ್ಲ, ಯಾವುದೋ ತತ್ವ, ಆದರ್ಶಗಳಿಗೆ ಪ್ರಾತಿನಿಧಿಕವಾಗಿ ಮಾಡಿಕೊಂಡು ಅವರ ಬದುಕನ್ನು ವಿವರಿಸಿಲ್ಲ. ಅವರ ವ್ಯಕ್ತಿತ್ವವನ್ನು ಅತಿಶಯವಾಗಿ

ವರ್ಣಿಸಿಲ್ಲ. ಕಿರಂ ಅವರ ವ್ಯಕ್ತಿತ್ವವನ್ನು ಅವರ ಸಾಧನೆಗಳಲ್ಲಿ, ಸಾಂಸ್ಕೃತಿಕ ಲೋಕಕ್ಕೆ ಅವರು ಕೊಟ್ಟ ಕಾಣ್ಕೆಗಳನ್ನು ಅವರ ಸಮಗ್ರ ವ್ಯಕ್ತಿತ್ವದ ಹಿನ್ನೆಲೆಯಲ್ಲಿ ಚಿತ್ರಿಸುತ್ತಾರೆ. ಅತಿಯಾದ ಗೌರವ, ನಿಷ್ಠೆಗಳನ್ನು ವ್ಯಕ್ತಪಡಿಸಬೇಕೆಂಬ ಮನೋಭಾವನೆಯಿಂದ ಸತ್ಯವನ್ನು ಮುಚ್ಚಿಡದೆ ಅವರ ಸಾಧನೆಗಳನ್ನು ವಿವರಿಸಿರುವುದು ಶೂದ್ರ ಅವರ ಬರವಣಿಗೆಯ ವೈಶಿಷ್ಟ್ಯವಾಗಿದೆ. ಕಿರಂ ಅವರನ್ನು ವಿವರಿಸುವಾಗ ಅವರೊಬ್ಬ ಅತಿಮಾನುಷ ವ್ಯಕ್ತಿಯೆಂದಾಗಲಿ, ಮಹಾತ್ಮನೆಂದಾಗಲಿ ಚಿತ್ರಿಸದೆ ಒಬ್ಬ ಸಾಮಾನ್ಯ ಮನುಷ್ಯನಾಗಿ ಮಾನವನ ಎಲ್ಲಾ ದೌರ್ಬಲ್ಯಗಳೊಂದಿಗೆ ಸಾಂಸ್ಕೃತಿಕ ಕ್ಷೇತ್ರಕ್ಕೆ ಅವರು ಕೊಟ್ಟ ಕೊಡುಗೆಯನ್ನು, ಅವರ ಮಾನಸಿಕ ಮೌಲ್ಯಗಳಿಗೆ ಊನ ಬರದಂತೆ ನಿಷ್ಠುರವಾಗಿ ಚಿತ್ರಿಸಿದ್ದಾರೆ. ಹುಟ್ಟು ಯೌವ್ವನ, ಸಾವಿನ ಕಥೆ ಇದಲ್ಲ, ಇದು ಹೆಚ್ಚು ಆಳವಾದ ಪ್ರಜ್ಞೆಯನ್ನು ಕೆಣಕುವಂತಹ ಜೀವನ ಚರಿತ್ರೆ. `The pure biography should stimulate a far deeper response' ಎಂಬ ವಿಮರ್ಶಕರ ಮಾತಿಗನುಗುಣವಾಗಿ ಶೂದ್ರ ಅವರು ಕಿರಂ ಅವರ ಬದುಕಿನೊಂದಿಗೆ ತಮ್ಮ ಅನುಭವದ ಸಾಮರಸ್ಯವನ್ನು ಅನುಸಂಧಾನಗೊಳಿಸಿ ಸಮಷ್ಠಿಯ ಕಲ್ಪನೆಯ ಸತ್ಯವನ್ನು ಈ ಕೃತಿಯಲ್ಲಿ ಮತ್ತು ಉಳಿದ ಜೀವನ ಚರಿತ್ರೆಗಳ ಬರವಣಿಗೆಯಲ್ಲಿ ಕಂಡಿರಿಸಿದ್ದಾರೆ. ಇದು ವರ್ತಮಾನ ಪತ್ರಿಕೆಗಳಲ್ಲಿ ಬರುವಂತಹ ಬರವಣಿಗೆಯ ಕ್ರಮವನ್ನು ಅನುಸರಿಸಿಲ್ಲ. ಸೃಜನಶೀಲ ಮನಸ್ಸು ಸಾಧಕನೊಬ್ಬನ ಜೀವನ ಚರಿತ್ರೆಯನ್ನು ಬರೆದಾಗ ಅದು ಕಲಾಕೃತಿಯೇ ಆಗುತ್ತದೆ. ಕಿರಂ ಅವರ ಬದುಕಿನ ಘಟನಾವಳಿಗಳು, ಸ್ವಭಾವಗಳು, ಅವರ ಗೆಳೆಯರು, ಅವರಿದ್ದ ಸಾಂಸ್ಕೃತಿಕ ಪರಿಸರ, ಆ ಪರಿಸರದಲ್ಲಿದ್ದ ಪ್ರಸಿದ್ಧ ವ್ಯಕ್ತಿಗಳು, ಅವರ ಮಾನಸಿಕ ಸ್ವಭಾವಗಳು, ವ್ಯಕ್ತಿತ್ವಗಳು, ಸಣ್ಣತನ ಮತ್ತು ದೊಡ್ಡತನಗಳು ಈ ಎಲ್ಲವನ್ನು ಜೋಡಿಸಿ ವಿವರಗಳನ್ನು ಓದುಗನಿಗೆ ಅಥವಾ ಮುಂದಿನ ಪೀಳಿಗೆಗೆ ಕಟ್ಟಿಕೊಟ್ಟಿರುವ ಕ್ರಮ ಅನನ್ಯವಾಗಿದೆ. ಸೃಜನಶೀಲ ಲೇಖಕನ ಕಲಾತ್ಮಕ ಅಭಿವ್ಯಕ್ತಿಯ ಸ್ವರೂಪ ಈ ಕೃತಿಗೆ ಬಂದುಬಿಟ್ಟಿದೆ.

ಕಿರಂ ಅವರು ಕನ್ನಡ ಕಾವ್ಯಮೀಮಾಂಸೆ ಅಥವಾ ಕನ್ನಡ ಸಾಹಿತ್ಯ ಮೀಮಾಂಸೆಯನ್ನು ಕಟ್ಟಲು ಪ್ರಯತ್ನಿಸಿದವರು. ಅವರ 'ಪ್ರತಿಷ್ಠಿತ ಶಕ್ತಿ ಮತ್ತು ಕನ್ನಡ ಸಾಹಿತ್ಯ' ಎಂಬ ಪುಟ್ಟ ಪುಸ್ತಕದಲ್ಲಿ ಇದರ ಮುನ್ಸೂಚನೆ ಸಿಗುತ್ತದೆ. ನಂತರ ಬಂದ ಅವರ ಎಲ್ಲಾ ಲೇಖನಗಳಲ್ಲಿ ಕನ್ನಡ ಸಾಹಿತ್ಯ ಮೀಮಾಂಸೆಯನ್ನು ರೂಪಿಸುವ ಚರ್ಚೆಯನ್ನು ಮಾಡಿದ್ದಾರೆ.

ನಟರಾಜ ಹುಳಿಯಾರ್ ಅವರು ಸಂಪಾದಿಸಿ ಪ್ರಕಟಿಸಿರುವ 'ತೆರೆದ ಪಠ್ಯ' ಎಂಬ ಲೇಖನಗಳ ಸಂಗ್ರಹದಲ್ಲಿನ ಎಲ್ಲಾ ಲೇಖನಗಳಲ್ಲಿ ಕನ್ನಡ ಸಾಹಿತ್ಯ ಮೀಮಾಂಸೆಯನ್ನು ರೂಪಿಸುವ ಪ್ರಯತ್ನ ಮಾಡಿರುವುದನ್ನು ಗಮನಿಸಬಹುದು. ಸಾಮಾನ್ಯವಾಗಿ ಪಂಪನಿಂದ ಮುದ್ದಣ್ಣನವರಿಗಿನ ಕಾವ್ಯ, ಸಂಸ್ಕೃತ ಕಾವ್ಯಗಳ ಪ್ರಭಾವದಿಂದ ಬಂದಿರುವಂತಹದ್ದು ಎಂದು ಹೇಳಿಬಿಡುತ್ತೇವೆ. ಆದರೆ ಕಿರಂ ಇದನ್ನು ಒಪ್ಪುವುದಿಲ್ಲ. "ಕನ್ನಡ ಕವಿತೆಯಲ್ಲಿ ಕಾಣಬರುವ ಹಠಾತ್ ಮುನ್ನಡೆ, ಹಿಂಜರಿತ, ಮೇಲಿಂದ ಮೇಲೆ ಕಾಣಿಸಿಕೊಳ್ಳುವ ಉತ್ಸಾಹಮಯ ಹೊಸ ಆರಂಭ, ಮಾನವಿಕ ನಡಾವಳಿಯ ಎಲ್ಲಾ ಬಣ್ಣ–ಶಾಖಗಳು ಸಂಸ್ಕೃತದ ರಚನೆಗಳಿಗಿಂತ ಭಿನ್ನ. ಕನ್ನಡ ಕವಿಗಳು ಸಂಸ್ಕೃತದ ರಚನೆಗಳ ವಿರುದ್ಧ ಹೂಡಿರುವ ತಕರಾರು ಅನೇಕ ಆಯಾಮಗಳನ್ನು ಹೊಂದಿದೆ" ಎಂದು ಹೇಳುವ ಕಿರಂ ಮಾತುಗಳಿಗೆ ಪೂರಕವಾಗಿ ಶೂದ್ರ ಶ್ರೀನಿವಾಸ ಅವರು, ಕಿರಂ ಅವರ ಕನ್ನಡ ಸಂಸ್ಕೃತಿಯ ಚಿಂತನೆಗಳನ್ನು ವಿವರಿಸುತ್ತಾರೆ, ಕನ್ನಡ ಸಾಂಸ್ಕೃತಿಕ ಚರಿತ್ರೆಯಲ್ಲಿ ನಡೆದ ಪ್ರಮುಖ ಘಟನೆಗಳಲ್ಲಿ ಕಿರಂ ಅವರ ಪಾತ್ರವೇನು? ಅದರಲ್ಲಿ ಅವರ ಸಾಧನೆಯೇನು? ಎಂಬುದನ್ನು ಶೂದ್ರ ಕಟ್ಟಿಕೊಡುವ ರೀತಿ ಅನನ್ಯವಾದದ್ದು.

ಡಾ. ಸಿದ್ದಲಿಂಗಯ್ಯ ಅವರು ವಿದ್ಯಾರ್ಥಿಯಾಗಿದ್ದಾಗ ಬರೆದ ಕವಿತೆಗಳನ್ನು ಶೂದ್ರ ಶ್ರೀನಿವಾಸ ಅವರು ತಮ್ಮ ಶೂದ್ರ ಪತ್ರಿಕೆಯಲ್ಲಿ ಪ್ರಕಟಿಸುತ್ತಿದ್ದರು. ಅವುಗಳನ್ನು ಕಿರಂ ನಾಗರಾಜ ಅವರು, ಕೆ.ಮರುಳಸಿದ್ದಪ್ಪ, ಡಿ.ಆರ್.ನಾಗರಾಜ್, ಕಾಳೇಗೌಡ ನಾಗವಾರ, ಅವರೊಂದಿಗೆ ಚರ್ಚಿಸಿ ಅವುಗಳನ್ನು ಸಂಕಲಿಸಿ 'ಹೊಲೆಮಾದಿಗರ ಹಾಡು' ಎಂಬ ಹೆಸರಿನಿಂದ ಪ್ರಕಟಿಸಿದ್ದು, ಅವು ಕನ್ನಡ ಕಾವ್ಯಕ್ಕೆ ಹೊಸ ದಿಕ್ಕನ್ನು ಕಂಡುಕೊಳ್ಳುವಂತೆ ಮಾಡಿದ್ದು, ಜನಪರ ಚಳವಳಿಗಳಲ್ಲಿ ತಮ್ಮನ್ನು ತೊಡಗಿಸಿಕೊಳ್ಳುತ್ತಿದ್ದ ವಿಧಾನ, ಜಾಗೃತ ಸಮಾವೇಶದಲ್ಲಿ ಸಂಘಟಕರಾಗಿ ಕಿರಂ ಅವರು ತೊಡಗಿಸಿಕೊಂಡಿದ್ದು. ಲಂಕೇಶ್ ಅವರು ಡಿ.ಆರ್.ನಾಗರಾಜ, ಶೂದ್ರ ಶ್ರೀನಿವಾಸ ಮತ್ತು ಕಿರಂ ಅವರನ್ನು ಸಂಚಾಲಕರನ್ನಾಗಿ ಮಾಡಿ ಇದನ್ನು ಮುಂದುವರಿಸುವಂತೆ ಸೂಚಿಸಿದ್ದು. ಕಾರಣಾಂತರಗಳಿಂದ ಅದು ನಿಂತುಹೋದದ್ದು, ತುರ್ತು ಪರಿಸ್ಥಿತಿಯ ಸಂದರ್ಭದಲ್ಲಿ ಕನ್ನಡ ಕವಿಗಳು ಬರೆದ ಕವಿತೆಗಳನ್ನು ಒಟ್ಟು ಸೇರಿಸಿ 'ಆಪತ್ಕಾಲೀನ ಕವಿತೆ'ಗಳನ್ನು ಸಂಕಲಿಸಿ ಪ್ರಕಟಿಸಿದ್ದು. 'ಕಾವ್ಯಮಂಡಲ' ಪ್ರಾರಂಭ ಮಾಡಿ ಅದರಲ್ಲಿ ಪಿಎಚ್‌ಡಿ ವಿದ್ಯಾರ್ಥಿಗಳಿಗೆ

ಅವಕಾಶ ಕಲ್ಪಿಸಿದ್ದು, ತಮ್ಮದೇ ಆದ ಶಿಷ್ಯವರ್ಗವನ್ನು ರೂಪಿಸಿದ್ದು, ಇತ್ಯಾದಿ ಎಲ್ಲಾ ಕಾರ್ಯಚಟುವಟಿಕೆಗಳು ಹಾಗೂ ಅವರ ಸಾಂಸ್ಕೃತಿಕ ಚಟುವಟಿಕೆಗಳ ವಿಸ್ತಾರವಾದ ಪರಿಚಯವನ್ನು ಮಾಡಿಕೊಡುತ್ತಾರೆ. ಕಿರಂ ತಮ್ಮ ಸಮಕಾಲಿನ ಸಾಂಸ್ಕೃತಿಕ ವ್ಯಕ್ತಿತ್ವಗಳೊಂದಿಗೆ ಇಟ್ಟುಕೊಂಡಿದ್ದ ಸಂಬಂಧಾಂತರಗಳು, ಅವರ ಕೌಟುಂಬಿಕ ಪರಿಸರ ಅವರು ಹುಟ್ಟಿಬೆಳೆದ ಮನೆ, ಸಂಬಂಧಿಕರು, ಇತ್ಯಾದಿಗಳ ಬಗ್ಗೆ ತಮ್ಮ ಅನುಭವ ಗ್ರಹಿಕೆಯಲ್ಲಿ ಕಟ್ಟಿಕೊಡುತ್ತಾರೆ. ಈ ಪುಸ್ತಕವನ್ನು ಓದಿದಾಗ, ಶೂದ್ರ ಶ್ರೀನಿವಾಸ ಅವರು ಎಪ್ಪತ್ತರ ದಶಕದಿಂದ ಆಗಸ್ಟ್ - 2010ರವರೆಗಿನ ಸಾಂಸ್ಕೃತಿಕ ಇತಿಹಾಸವನ್ನು ಕಟ್ಟಿಕೊಟ್ಟಿದ್ದಾರೆ ಎಂದು ಹೇಳಿದರೆ ಉತ್ಪ್ರೇಕ್ಷೆಯಾಗುವುದಿಲ್ಲ. ಈ ಕೃತಿ ಕಿರಂ ಅವರ ಅಂತರಂಗ-ಬಹಿರಂಗದ ಅಭಿವ್ಯಕ್ತಿ ಆಗಿರುವಂತೆ, ಶೂದ್ರ ಶ್ರೀನಿವಾಸ ಅವರ ಅಂತರಂಗ-ಬಹಿರಂಗದ ಅಭಿವ್ಯಕ್ತಿಯೂ ಆಗಿದೆ.

ಎಚ್. ದಂಡಪ್ಪ

ಕಿರಂ ಲೋಕ

ಕಿ.ರಂ. ಅವರನ್ನು
ಹನುಮಂತನಗರದ
ಹಾಸ್ಟೆಲ್‌ನ ದಿನಗಳಿಂದ
ಶಂಕರಪುರಂನ ರಂಗರಾವ್
ರಸ್ತೆಯ ಕೊಠಡಿಯಿಂದ
ನಾಗಸಂದ್ರ ಸರ್ಕಲ್,
ಡಿವಿಜಿ ರಸ್ತೆ, ಆರ್.ವಿ.
ರಸ್ತೆಯ ಮನೆಯವರೆವಿಗೆ
ನಾನು ನೋಡುತ್ತಾ
ಬಂದಿದ್ದೇನೆ.

ನಿಜದ ನಿಜ ನೀನಂತೆ..

" The demonstrations and the subsequent repression left a tragic stain one life of the country.

From that time on, with interruptions now and then, politics became part of my poetry and my life. In my poems I could not shut the door to the street, just as I could not shut the door to love, life, joy or sadness in my young poet's heart"

- Pablo Neruda (Memoirs)

ಸುತ್ತಲೂ ಸ್ಟೀಲ್ ರ್‍ಯಾಕುಗಳಲ್ಲಿ ತುಂಬಿಕೊಂಡ ಪುಸ್ತಕಗಳು, ಅಕ್ಕಪಕ್ಕ ಕುರ್ಚಿಗಳ ಮೇಲೂ ಪುಸ್ತಕಗಳು, ಬಟ್ಟೆಗಳು, ಅವುಗಳ ಮಧ್ಯದಲ್ಲಿ ಡಬಲ್‌ಕಾಟ್, ಅದರ ಮೇಲೆ ಪುಸ್ತಕಗಳು, ತರಹೇವಾರಿ ಪೆನ್ನುಗಳು, ಎರಡು ಮೂರು ಕನ್ನಡಕಗಳು, ಅರ್ಧರ್ಧ ಮುಗಿಸಿದ ಸಿಗರೇಟು ಪ್ಯಾಕುಗಳು, ಬೀಡಿಕಟ್ಟುಗಳು, ನೆಶ್ಯದ ಡಬ್ಬಿಗಳು, ಡಬ್ಬದಲ್ಲಿ ತರೆವಾರಿ ಮಾತ್ರೆಗಳು, ಪಕ್ಕದಲ್ಲಿಯೂ ಪುಟ್ಟ ಪುಟ್ಟ ಪೆಟ್ಟಿಗೆಗಳಲ್ಲಿ ತುಂಬಿಕೊಂಡ ಜಗತ್ತಿನ ಶ್ರೇಷ್ಠ ಸಂಗೀತಗಾರರ ಕ್ಯಾಸೆಟ್ಟುಗಳು, ಅವರ ಭಾವಚಿತ್ರಗಳು. ಸ್ವಲ್ಪ ದೂರದಲ್ಲಿ ಸೋಫಾ ಮತ್ತು ಕುರ್ಚಿಗಳ ಮೇಲೆ ನಾನಾ ರೀತಿಯ ಪತ್ರಿಕೆಗಳು, ಮ್ಯಾಗ್‌ಜಿನ್‌ಗಳು. ಅದರ ಸನಿಹದಲ್ಲಿಯೇ ಚಕ್ಕಲಿ, ಕೋಡುಬಳೆ ವಿವಿಧ ರೀತಿಯ ಚಟ್ನಿಪುಡಿ, ಉಪ್ಪಿನಕಾಯಿಯ ಬಾಟಲ್‌ಗಳು, ಗುಂಡಪ್ಪ ಹೋಟೆಲ್ಲಿನ ಸಿಹಿ ತಿಂಡಿಗಳು. ಒಂದು ಪುಟ್ಟ ಮ್ಯೂಸಿಯಂ ರೀತಿಯಲ್ಲಿ ಗೋಚರಿಸುವ ಮನೆ. ಅಲ್ಲೇ ಓದು, ಸಂಗೀತದ ಆಲಾಪನೆಯ ನಡುವೆ ಅರ್ಧರ್ಧ ಸಿಗರೇಟು ಸೇದುತ್ತ ಏನೇನೋ ಡಬ್ಬಿಗಳಲ್ಲಿ ಎಸೆದ ಬೀಡಿ, ಸಿಗರೇಟು ಮೋಟುಗಳು. ವಿವಿಧಾಕಾರದ ಬೆಂಕಿಪೊಟ್ಟಣಗಳು. ಇವೆಲ್ಲವುಗಳ

ಮಧ್ಯೆ ಅವಿತುಕೊಂಡು ಸುಟ್ಟು ಭಸ್ಮವಾಗಲು ಕಾಯುತ್ತಿರುವ ಚುಟ್ಟಾ ತುಂಡುಗಳು. ಕೆಲವು ದಿವಸ ಕಲಾತ್ಮಕವಾಗಿ ಪೈಪ್‌ನಲ್ಲೂ ಹೊಗೆ ಬಿಟ್ಟವರು. ಅವೂ ಕೂಡ ಯಾವು ಯಾವುದೋ ಪೆಟ್ಟಿಗೆಗಳಲ್ಲಿ ಅವಿತು ಕೂತಿರಬಹುದು. ಇಂಥ ಮಹಾನುಭಾವ ತಿಂದರೆ ಉಂಟು; ತಿನ್ನದಿದ್ದರೂ ಆಯಿತಲ್ಲ. ಸುತ್ತಲೂ ಎಷ್ಟೊಂದು ಆಹಾರದ ಸರಕು; ಬಂದವರಿಗೆಲ್ಲ ತಿನ್ನಿಸುವ ಅನ್ನಪೂರ್ಣಯ್ಯ.

ಪಕ್ಕದಲ್ಲಿಯೇ ಗೋಡೆಯ ಮೇಲೆ ಈತನನ್ನು ಇಷ್ಟು ವರ್ಷ ಕಾಪಾಡಿ ಬೌದ್ಧಿಕವಾಗಿ ಆನಂದಿಸುತ್ತ ಕಾವ್ಯದ ಹುಚ್ಚಿನಲ್ಲಿಯೇ ಸಿಲ್ವಿಯಾ ಪ್ಲ್ಯಾತ್‌ಳನ್ನು ಅಪ್ಪಿಕೊಂಡು ನಿನ್ನೆ ಮೊನ್ನೆ ಮರೆಯಾದ ಪತ್ನಿಯ ಭಾವಚಿತ್ರ. ಬೆಳಿಗ್ಗೆಯಿಂದ ರಾತ್ರಿ ಮಲಗುವವರೆಗೂ (ಮಲಗಿದ ಮೇಲೂ ದೂರವಾಣಿಯಲ್ಲೋ, ಜಂಗಮ ವಾಣಿಯಲ್ಲೋ ಕಾಡುವ ಎಷ್ಟೊಂದು ಹುಚ್ಚರು) ಪಂಪನನ್ನೋ, ಕುಮಾರವ್ಯಾಸನನ್ನೋ, ಬಸವಣ್ಣ–ಅಲ್ಲಮ, ಕುವೆಂಪು, ಬೇಂದ್ರೆ, ಅಡಿಗ, ಮಧುರಚೆನ್ನ, ಕಬೀರ್, ತುಕಾರಾಮ್, ಹಾಗೆಯೇ ಟಾಲ್‌ಸ್ಟಾಯ್, ದಾಸ್ತೋವಸ್ಕಿ, ಕಾಫ್ಕಾ, ಬೋದಿಲೇರ್, ಬ್ಲೇಕ್, ಏಟ್ಸ್, ಎಲಿಯಟ್, ಎಜ್ರಾಪಾಂಡ್, ರಿಲ್ಕೆ, ಲೂಷನ್, ಸಿಮನ್‌ದಿ ಬುವಾಯಿರ್, ಸಾರ್ತ್ರೆ, ಸಿಮೆನ್ವೇಲ್, ಚೋಮ್‌ಸ್ಕಿ, ಎಡ್ವರ್ಡ್ ಸೈದ್, ಲುಕಾಚ್, ರೇಮಂಡ್ ವಿಲಿಯಮ್ಸ್, ಕ್ರಿಸ್ಟೋಫರ್ ಕಾಡ್‌ವೆಲ್ ಮುಂತಾದವರ ಬಗ್ಗೆ ಪ್ರಶ್ನೆಗಳನ್ನೋ ಗೊಂದಲಗಳನ್ನೋ ತುಂಬಿಕೊಂಡು ಬರುವವರು ಎಷ್ಟೊಂದು ಮಂದಿ.

ಕಳೆದ ಕೆಲವು ದಿನಗಳಿಂದ ಇಂಥ ಕಿ.ರಂ. ಅವರ ಬಗ್ಗೆ ಬರೆಯಲು ಒಂದಷ್ಟು ಟಿಪ್ಪಣಿ ಮಾಡಲು ಕೂತೆ. ಇದರ ಜೊತೆಗೆ ಯಾವುದಾದರೂ ಒಂದು ಶಬ್ದವನ್ನು ಹುಡುಕಿ ಅದಕ್ಕೆ ಇವರನ್ನು ಗಂಟಾಕಿ ಅದರ ಸುತ್ತಲೂ ಇವರನ್ನು ನೋಡಲು ಪ್ರಯತ್ನಿಸಿದೆ. ಆ ಶಬ್ದ ಶಬ್ದಕೋಶದಲ್ಲಿ ಅಥವಾ ನನಗೆ ಪ್ರಿಯವಾದ 'ಪರಮಾರ್ಥ ಪದಕೋಶ'ದಲ್ಲಿಯೂ ಸಿಗಲಿಲ್ಲ. ಕೆಲವನ್ನು ತಾತ್ಕಾಲಿಕವಾಗಿ ಆರಿಸಿಕೊಂಡು, ಅಂಗೈಯಲ್ಲಿಟ್ಟುಕೊಂಡು ಇವರ ಒಟ್ಟು ಬದುಕಿಗೆ ಅನ್ವಯಿಸಿ ನೋಡಲು ಪ್ರಯತ್ನಿಸಿದೆ. ಅವೆಲ್ಲ "ಶೂದ್ರ, ದಯವಿಟ್ಟು ಹಾಗೆಲ್ಲ ಮಾಡಬೇಡ. ನಾವು ಏನಿದ್ದರೂ ಆ ಮಹಾನ್ ಗುರುವನ್ನು ದೂರದಿಂದಲೋ ಸನಿಹದಿಂದಲೋ ನೋಡುತ್ತಾ ನಮ್ಮ ಸೋದರ ಸೋದರಿ ಶಬ್ದಗಳು ಇವರಿಂದ ಪಡೆಯುವ ಅರ್ಥಬಾಹುಳ್ಯದ ಕ್ರಮವನ್ನು ಕಂಡು ಆನಂದಿಸತಕ್ಕಂಥವರು" ಎಂದು ವಿಲಾಪಿಸತೊಡಗಿದಾಗ ಶಬ್ದಕೋಶಗಳನ್ನು ದೂರ ಸರಿಸಿ, ನನಗೂ ಮಹಾನ್ ಗುರುವಾಗಿರುವ ಇವರನ್ನು ಯಾವ ಮೂಲೆಯಿಂದ ನೋಡುವುದು ಅನ್ನಿಸಿತು. ನಾನಾ ಕಾರಣಗಳಿಗಾಗಿ ನಮ್ಮ ಸಾಹಿತ್ಯ, ಸಾಂಸ್ಕೃತಿಕ ಹಾಗೂ ಸಾಮಾಜಿಕ ಲೋಕದ 'ಮಹಾನುಭಾವ'ರಾಗಿರುವಂಥವರು. ಇವರ ಬಗ್ಗೆ ಯೋಚಿಸಿದಂತೆಲ್ಲ ನನ್ನ ಬಾಲ್ಯ ಕಾಲದಲ್ಲಿ ದೊಡ್ಡಪ್ಪನ ಜೊತೆ ತ್ಯಾಗರಾಜರ ಆರಾಧನೆಗೆ ತಿರುವಯ್ಯಾರ್‌ಗೆ ಹೋದಾಗ ನೂರಾರು ಮಂದಿ ಶ್ರೇಷ್ಠ ಕಲಾವಿದರೆಲ್ಲ

ಸಂಭ್ರಮಿಸುತ್ತ ತಲ್ಲೀನತೆಯಿಂದ 'ಎಂದರೋ ಮಹಾನುಬಾವುಲು' ಹಾಡುತ್ತಿದ್ದರೆ ಕೇಳಿಸಿಕೊಳ್ಳುವ ಸಾವಿರಾರು ಮಂದಿ ಸಂಗೀತ ಪ್ರೇಮಿಗಳು. ಆ ಸಂದರ್ಭ ಕಳೆದು ಸ್ವಲ್ಪ ಹೆಚ್ಚು ಕಮ್ಮಿ ಅರ್ಧ ಶತಮಾನ ಕಳೆದರೂ ನನ್ನ ಮನಸ್ಸಿನ ತುಂಬ ಗುನುಗುನಿಸುತ್ತಿದೆ. ಈಗಲೂ ಕಿ.ರಂ. ಅವರ ಮನೆಯಲ್ಲಿ ಕೂತು ಎಂತೆಂಥ ಮಹಾನುಭಾವರ ಸಂಗೀತವನ್ನ ಸಮಯದ ಲೆಕ್ಕವಿಲ್ಲದೆ ಕೇಳಿದ್ದೇನೆ. ಹೀಗೆ ಕೇಳುತ್ತಲೇ ಅಲ್ಲೆಲ್ಲ ಕೈಗೆ ಸಿಕ್ಕಿದ ಒಂದೊಂದು ಮಹಾನ್ ಕೃತಿಯನ್ನು ತೆಗೆದುಕೊಂಡು ಬೆನ್ನುಡಿ ಓದಿ, ಒಳಗೆ ಹೋಗಿ ಕೆಲವು ಸಾಲುಗಳನ್ನು ಮನಸ್ಸಿಗೆ ತೆಗೆದುಕೊಂಡು ಕಿ.ರಂ. ಅವರತ್ತ ನೋಡಿದಾಗ ಸಂತನಂತೆ ತಲೆತಗ್ಗಿಸಿ ಕೂತು ಪಂಡಿತ್ ಕುಮಾರ ಗಂಧರ್ವ, ಪಂಡಿತ್ ಮಲ್ಲಿಕಾರ್ಜುನ ಮನ್ಸೂರ್, ಉಸ್ತಾದ್ ಜಿಯಾ ಫರೀದ್ದೀನ್ ದಾಗರ್, ಪ್ರಭಾ ಅತ್ರೆ, ಉಸ್ತಾದ್ ಹಾಫಿಜ್ ಅಲಿಖಾನ್ ಮುಂತಾದವರ ಸಂಗೀತದ ಮೋಡಿಗೆ ಪಕ್ಕಾಗಿರುತ್ತಾರೆ. ಉಸ್ತಾದ್ ಹಾಫಿಜ್ ಅಲಿಖಾನ್ ಅವರು ಉಸ್ತಾದ್ ಅಮ್ಜದ್ ಅಲಿಖಾನ್ ಅವರ ತಂದೆ ಸರೋದ್‌ವಾದನದ ಚಕ್ರವರ್ತಿ. ಅಂದಿನ ರಾಷ್ಟ್ರಪತಿ ಡಾ॥ ಬಾಬು ರಾಜೇಂದ್ರ ಪ್ರಸಾದ್ ಅವರು ರಾಷ್ಟ್ರಪತಿ ಭವನದಲ್ಲಿ ಪ್ರಶಸ್ತಿ ಕೊಡುವಾಗ ಉಸ್ತಾದ್ ಹಾಫಿಜ್ ಅಲಿಖಾನ್ ಅವರಿಗೆ ಖಾಸಗಿಯಾಗಿ "ನಿಮಗೆ ಏನು ತೊಂದರೆ ಇದೆ, ಏನಾದರೂ ಬೇಕಾದರೆ ಕೇಳಿ" ಎಂದಾಗ ಆಗ ಅವರು ವಿನಯದಿಂದ "ತಾವು ಉದಾತ್ತ ಮನಸ್ಸು ಮಾಡಿ ತಾನ್ಸೇನ್ ಕಾಲದಿಂದಲೂ ಬದುಕಿ ಬಂದಿರುವ 'ರಾಗ ದರ್ಬಾರಿ'ಯ ಘನತೆ ಮತ್ತು ಶುದ್ಧತೆಯನ್ನು ಕಾಪಾಡಿ" ಎಂದು ಕೇಳಿಕೊಂಡರಂತೆ. ಇದನ್ನು ಅಮ್ಜದ್ ಅಲಿಖಾನ್ ಅವರ ಜೀವನ ಚರಿತ್ರೆಯನ್ನು ಓದುವಾಗ ತಿಳಿದದ್ದು, ಹಾಗೆ ನೋಡಿದರೆ ಆಕಸ್ಮಿಕವಾಗಿ ಮಹಾನ್ ಗಾಯಕಿ ಪ್ರಭಾ ಅತ್ರೆಯವರ ಸಂಗೀತ ಕೇಳಿ ಕಿ.ರಂ. ಅವರೊಡನೆ ಮಾತುಕತೆಗೆ ತೊಡಗಿದ್ದಾಗ ಈ ಜೀವನ ಚರಿತ್ರೆಯನ್ನು ಪ್ರಸ್ತಾಪಿಸಿದ್ದರು. ಅದನ್ನು ಓದಿ ಮನಸ್ಸಿನ ತುಂಬ ಉಸ್ತಾದ್ ಹಾಫಿಜ್ ಅಲಿಖಾನ್ ಅವರನ್ನು ತುಂಬಿಕೊಂಡೆ. ಒಮ್ಮೆ ಹೀಗೆಯೇ ಕಿ.ರಂ. ಅವರ ಮುಂದೆ ಕೂತು ಏನೇನೋ ಚಪ್ಪರಿಸುತ್ತ "ಕಿ.ರಂ., ಪ್ರಭಾ ಅತ್ರೆಯವರು ಎಂಥ ಮಹಾನ್ ಗಾಯಕಿ. ಆಕೆಯ ಸಂಗೀತವನ್ನು ರವೀಂದ್ರ ಕಲಾಕ್ಷೇತ್ರದಲ್ಲಿ ಎರಡನೆಯ ಬಾರಿ ಕೇಳಿ ಹುಚ್ಚನಾಗಿದ್ದೆ. ತಮಾಷೆಗೆ ಪಕ್ಕದಲ್ಲಿ ಕೂತಿದ್ದ ಪ್ರಸಿದ್ಧ ಕ್ಲಾರಿನೇಟ್ ಕಲಾವಿದರಾದ ಪಂಡಿತ್ ನರಸಿಂಹಲು ವಡವಾಟಿಯವರ ಬಳಿ "ವಡವಾಟಿಯವರೆ, ಸಂಗೀತ ಲೋಕದ ನಿಜವಾದ ಭಾರತಮಾತೆ ಪ್ರಭಾ ಅತ್ರೆಯವರು. ಅವರೇನಾದರೂ ಅನುಮತಿ ಕೊಟ್ಟರೆ ಸಂಗೀತ ಕೇಳಿಕೊಂಡು ಅವರ ಮನೆಯಲ್ಲಿ ಕಸ ಗುಡಿಸಿಕೊಂಡು ಇದ್ದುಬಿಡ್ತೀನಿ" ಎಂದಿದ್ದೆ. ವಡವಾಟಿಯವರು ನಗುತ್ತ "ಶೂದ್ರ ಅವರೇ ನಾನೂ ಬಂದುಬಿಡ್ತೀನಿ" ಎಂದಿದ್ದರು. ಇದನ್ನು ಕಿ.ರಂ. ಅವರ ಬಳಿ ಹೇಳಿದಾಗ ಅವರು ಗಂಭೀರವಾಗಿಯೇ "ನೀನು ಬಿಡಯ್ಯ ಯಾರ್‍ಯಾರದೋ ಹಿಂದೆ ಹೋಗಿ ಬಿಡ್ತೀಯ" ಎಂದಿದ್ದರು. ಕಳೆದ ಮೂವತ್ತೆಂಟು ವರ್ಷಗಳಿಂದ ನನ್ನಂಥವನಿಗೆ ಎಂತೆಂಥ ಹುಚ್ಚು

ತುಂಬಿದ್ದಾರೆ. ಅದನ್ನು ನೆನಪು ಮಾಡಿಕೊಂಡಾಗಲೆಲ್ಲ ರೋಮಾಂಚಿತನಾಗುವೆ. ಬದುಕಿನ ಎಷ್ಟೊಂದು ನಿಜಗಳನ್ನು ವಿಸ್ತರಿಸಿದ್ದಾರೆ. ಇದನ್ನು ಬರೆಯುವ ಕಾಲಕ್ಕೆ ಎಂ.ಎಸ್. ಸುಬ್ಬಲಕ್ಷ್ಮಿಯವರ ಸಂಗೀತ ಕೇಳುತ್ತಿದ್ದೆ. ಕೇಳುವ ಮುನ್ನ 'ತರಂಗ'ದಲ್ಲಿ ಹೆಚ್.ವೈ. ಶಾರದಾ ಪ್ರಸಾದ್ ಅವರು ಆ ಮಹಾನ್ ಗಾಯಕಿಯ ಗಂಡ ಸದಾಶಿವಂ ನಿಧನರಾದಾಗ ಬರೆದ ಲೇಖನವನ್ನು ಓದುತ್ತಿದ್ದೆ. ಒಂದು ದೃಷ್ಟಿಯಿಂದ 'ಸದಾಶಿವಂ' ಕಿ.ರಂ. ರೀತಿಯ ಪಾತ್ರವಿರಬಹುದು, ಆ ಮನುಷ್ಯ ಸೃಷ್ಟಿಸಿದ 'ಕಲ್ಕಿ' ಪತ್ರಿಕೆ ಸಾಕಷ್ಟು ವರ್ಷ ತಮಿಳುನಾಡಿನ ಸಾಂಸ್ಕೃತಿಕ ಲೋಕವನ್ನು ಲವಲವಿಕೆಯಿಂದ ಕಾಪಾಡಿತ್ತು. ಎಂ.ಎಸ್. ಸುಬ್ಬಲಕ್ಷ್ಮಿಯವರ ರೂಪ ಮತ್ತು ಸಂಗೀತವನ್ನು ಕಾಪಾಡಿದಂತೆ. ಕಿ.ರಂ. ಅವರು ನಮ್ಮ ಕಾವ್ಯದ ಸೌಂದರ್ಯವನ್ನು ಕಾಪಾಡಿದಂತೆ. ಆ ಕೀರ್ತನೆಯಲ್ಲಿ 'ನಿಜದ ನಿಜ ನೀನಂತೆ ಕಣ್ಣಿನ ಕಣ್ಣಂತೆ, ಪ್ರಾಣದೊಳಗಣ ಪ್ರಾಣ' ಕಿವಿಗೊಟ್ಟು, ಕಣ್ಣಿಟ್ಟು ಮನಸ್ಸಿಟ್ಟು' ಎಂಬ ಪದಪುಂಜಗಳು ಮತ್ತೆ ಮತ್ತೆ ಕೇಳುವಂತೆ ಆಗ್ರಹಿಸಿದವು. ಕಿ.ರಂ. ಅವರು ಏನೇನೋ ಸಂಗತಿಗಳ 'ನಿಜದ ನಿಜ' ಆಗಿದ್ದಾರೆ. ಅದನ್ನು ಯಾವ ರೀತಿಯ ತಲ್ಲೀನತೆಯಲ್ಲಿ ಚಿತ್ರಿಸುವುದು ಎಂಬ ಪ್ರಶ್ನೆ ಕಾಡುತ್ತಲೇ ಇದೆ.

ಇಂದು ಕೆ.ಆರ್. ನಾಗರಾಜ್ ಎಂದರೆ ನಮ್ಮ ಸಾಂಸ್ಕೃತಿಕ ಲೋಕಕ್ಕೆ ಗೊತ್ತಾಗುವುದೇ ಇಲ್ಲ. ಕಿ.ರಂ. ಎಂದರೆ ಗೊತ್ತಾಗುವುದು ಮಾತ್ರವಲ್ಲ ಎಚ್ಚರಿಕೆಯ ಸಂಕೇತವಾಗಿದ್ದಾರೆಂಬುದು ನಾವೆಲ್ಲ ಮೆಚ್ಚ ಬಹುದಾದ ಸಂಗತಿ. ನನ್ನ ಅರಿವಿನ ಮಟ್ಟಿಗೆ ಕಳೆದ ಮೂವತ್ತೈದು–ನಲವತ್ತು ವರ್ಷಗಳಿಂದ ಅದರ ಸಾತತ್ಯವನ್ನು ಕಾಪಾಡಿಕೊಂಡು ಬಂದಿರುವುದು ಮಾತ್ರವಲ್ಲ; ತಮ್ಮ ಹಾಗೆ ಯೋಚಿಸುವಂಥ ನಾನಾ ರೀತಿಯ ಮನಸ್ಸುಗಳನ್ನು ಪೋಷಿಸಿಕೊಂಡು ಬಂದಿದ್ದಾರೆಂಬುದು ಮಹತ್ವಪೂರ್ಣ ವಿಷಯವಾಗಿದೆ. ಯಾಕೆಂದರೆ ನಾನಾ ರೀತಿಯ ಸಾಹಿತ್ಯಕ ಹಾಗೂ ಸಾಂಸ್ಕೃತಿಕ ಪಲ್ಲಟಗಳ ನಡುವೆ ನಿರ್ದಿಷ್ಟತೆ ಹಾಗೂ ನಿರ್ದಾಕ್ಷಿಣ್ಯತೆಯನ್ನು ಕಾಪಾಡಿಕೊಂಡು ಬರುವುದು ಅಷ್ಟು ಸುಲಭದ ಕೆಲಸವಲ್ಲ. ಎಲ್ಲ ಕಲಾ ಪ್ರಕಾರಗಳಲ್ಲೂ ಶ್ರೇಷ್ಠತೆ ಎಂಬುದು ಜೀವನ ಮೌಲ್ಯವಾಗಿ ಉಳಿದು ಬರುವುದು ಅಥವಾ ಅದು ನಮ್ಮ ಚಿಂತನೆಯ ಭಾಗವಾಗಿ ರೂಪುಗೊಳ್ಳುವುದು. ಹಾಗೆ ಯೋಚಿಸುವ ಮತ್ತು ಪ್ರತಿಕ್ರಿಯಿಸುವ ಒಂದಷ್ಟು ಮಂದಿ ಇದ್ದಾಗ. ಈ ದೃಷ್ಟಿಯಿಂದ ನಮ್ಮ ಕಾಲಘಟ್ಟದಲ್ಲಿ ಸಾಹಿತ್ಯದ ಹೆಡ್ಮಾಸ್ಟರ್ ಆಗಿ ಕಿ.ರಂ. ಅವರು ಇದ್ದಾರಲ್ಲ ಎಂಬುದೇ ಆಪ್ತವಾದದ್ದು.

ಈ ಸದಾಕಾಲದ ಮೇಸ್ಟ್ರನ್ನ ಮೊದಲ ಬಾರಿಗೆ ನೋಡಿದ್ದು ಬೆಂಗಳೂರಿನ ಸೆಂಟ್ರಲ್ ಕಾಲೇಜು ಎದುರಿನ ಗ್ಯಾಸ್ ಕಾಲೇಜಿನಲ್ಲಿ. 1968ರಲ್ಲಿ ನಾನು ಗ್ಯಾಸ್ ಕಾಲೇಜಿನಲ್ಲಿ ಪಿ.ಯು.ಸಿ. ವಿದ್ಯಾರ್ಥಿಯಾಗಿದ್ದೆ. ಆ ಕಾಲಕ್ಕೆ ಗ್ಯಾಸ್ ಕಾಲೇಜ್ ತುಂಬ ಪ್ರಸಿದ್ಧಿಯಾಗಿತ್ತು. ನಾನಾ ರೀತಿಯ ಚಳುವಳಿಗಳಿಗೆ, ಚಟುವಟಿಕೆಗಳಿಗೆ ಕೇಂದ್ರವಾಗಿತ್ತು. ನಾನು ವಿದ್ಯಾರ್ಥಿ ಸಂಘಕ್ಕೆ ಆಯ್ಕೆಯಾಗಿದ್ದರಿಂದ ಕ್ರಿಯಾಶೀಲವಾಗಿ ಎಲ್ಲದರಲ್ಲೂ

ಭಾಗವಹಿಸುವ ಅವಕಾಶವಿತ್ತು. ಪ್ರೊ. ಹಂಪ ನಾಗರಾಜಯ್ಯ, ಪ್ರೊ. ಎಂ.ಎಚ್. ಕೃಷ್ಣಯ್ಯ, ಪ್ರೊ. ಲಲಿತಮ್ಮ, ಪ್ರೊ. ಜವಾಜಿರಾಮಯ್ಯ, ಇನ್ನೂ ಯಾರ‍್ಯಾರೋ ಕಲರ್‌ಫುಲ್ ಅಧ್ಯಾಪಕರಿದ್ದರು. ಪ್ರಿನ್ಸಿಪಾಲರಾದ ಪ್ರೊ. ಆರ್.ಆರ್. ಉಮರ್ಜಿಯವರಂತೂ ಒಂದು ದೊಡ್ಡ ಸಂಸ್ಥೆಗೆ ಹೇಳಿ ಮಾಡಿಸಿದ ಯಜಮಾನರಂತಿದ್ದರು. ದಿನಾ ಬೆಳಗಾದರೆ ಭಾಷಾ ಗದ್ದಲದಿಂದ ಮೊದಲ್ಗೊಂಡು ರಾಜಕೀಯ ಗದ್ದಲದವರೆಗೆ ಏನಾದರೂ ಉದ್ವಿಗ್ನ ಸ್ಥಿತಿ ಅಲ್ಲಿ ಇದ್ದೇ ಇರುತ್ತಿತ್ತು. ಇದರ ನಡುವೆಯೂ ಹುಡುಗರು ತರಗತಿಯಲ್ಲಿ ಕೂತು ಪಾಠ ಕೇಳುತ್ತಿದ್ದರು. ಇಂಥ ಕಾಲೇಜಿಗೆ ಕೆ.ಆರ್.ನಾಗರಾಜ್ ಮುಂದಿನ ಮಹಾಕಾವ್ಯವಾದ ಕಿ.ರಂ. ಅವರು ಚರ್ಚಾಸ್ಪರ್ಧೆಗೆ ಬಂದಿದ್ದರು. ಎಲ್ಲರಿಗಿಂತ ಭಿನ್ನವಾಗಿ ಮಾತಾಡಿ ಪಾರಿತೋಷಕವನ್ನು ಪಡೆದರು. ವೈಯಕ್ತಿಕ ಬಹುಮಾನದ ಜೊತೆಗೆ. ಈ ನಲವತ್ತು ವರ್ಷಗಳಲ್ಲಿ ಅವರು ಮಾತಾಡುವ ಶೈಲಿ ಬದಲಾಗಿಲ್ಲ. ಮಾತಾಡುವಾಗ ಮುಖವನ್ನು ಸಭಿಕರಿಗೆ ನೇರವಾಗಿ ತೋರಿಸದೆ, ಪಕ್ಕಕ್ಕೆ ಸರಿಸಿ ತಮಗೇ ಮಾತಾಡಿಕೊಳ್ಳುತ್ತಿದ್ದೇನೆ ಎಂಬ ಧ್ಯಾನಸ್ಥ ಮನಸ್ಥಿತಿಯಲ್ಲಿ ಮಾತಾಡಿದ್ದರು. ಅವರು ಏನು ಮಾತಾಡಿದರು ಎಂಬುದು ನೆನಪಿಲ್ಲ. ಆದರೆ ಆಕರ್ಷಿತನಾಗಿದ್ದಂತೂ ನಿಜ. ಅದೇ ಆಕರ್ಷಣೆ ಇಲ್ಲಿಯವರೆಗೂ ಬೇರೆ ಬೇರೆ ಆಕಾರಗಳನ್ನು ಪಡೆಯುತ್ತಲೇ 'ನಿಜದ ನಿಜ ನೀನಂತೆ' ಎಂಬುದರಲ್ಲಿ ಮುಂದುವರೆಯುತ್ತಲೇ ಇದೆ. 'ನೀನ್ಯಾಕೋ ನಿನ್ನ ಹಂಗ್ಯಾಕೋ....' ಎಂಬುದರ ನಡುವೆ ಬೆಳೆಯುತ್ತ ಹೋಗುವ ಪ್ರಕ್ರಿಯೆಯಲ್ಲಿ ಅರ್ಥಗಳು ಮಡುಗಟ್ಟುವುದು. ಪದ್ಯ ಸಮಾಜವಾದಿ ಪರವಾಗಿರಬೇಕಾಗಿಲ್ಲ ಓದುವುದಕ್ಕೆ ರೂಪಿಸಿಕೊಳ್ಳಬೇಕು ಎಂಬುದನ್ನು ಕೇಳಿಸುತ್ತಲೇ ಕೆಲವು ಸಾಮಾಜಿಕ ಹಾಗೂ ಸಾಹಿತ್ಯಕ ಕ್ಲೀಷೆಗಳಿಂದ ಅಂತರ ಕಂಡುಕೊಳ್ಳುವುದು ಕೂಡ ನಮ್ಮ ಅಭಿರುಚಿಯನ್ನು ಕಾಪಾಡಿಕೊಂಡಂತೆ. ಇದು ಕಿ.ರಂ. ಅವರ ಅಂತರಂಗದ ಘೋಷಣೆ. ಗದ್ದಲ ಮಾಡದೆ ಘೋಷಣೆಯ ದನಿಸುತ್ತ ಆವರಿಸಿಕೊಳ್ಳುವ ಕಾವ್ಯದ ನಾದರೂಪಕಗಳು ಬಿನ್ನಾಣಗಿತ್ತಿಯರಾಗಿ ಸುತ್ತಾಡುತ್ತಿರುತ್ತವೆ. ಇಂಥ ಕೋಟೆಯೊಳಗೆ ಪ್ರವೇಶ ಮಾಡಿದ್ದೇ ಒಂದು ಆಕಸ್ಮಿಕ. ಒಂದು ದೃಷ್ಟಿಯಿಂದ ಕಿ.ರಂ. ಹಾಗೂ ಲಂಕೇಶ್ ಅವರ ಸಾಮ್ರಾಜ್ಯಕ್ಕೆ ನುಗ್ಗುವಂತೆ ಮಾಡಿದವರೇ ಕೆ. ಮರುಳಸಿದ್ದಪ್ಪನವರು. ಅವರಿಗೆ ಬದುಕಿನಲ್ಲಿ ಎಲ್ಲವೂ ಆಕಸ್ಮಿಕ "ನಾನು ಇಲ್ಲಿಯವರೆವಿಗೂ ಬಂದಿದ್ದರೆ ಎಲ್ಲವೂ ಆಕಸ್ಮಿಕ" ಎಂದು ಮತ್ತೆ ಮತ್ತೆ ಹೇಳುತ್ತಲೇ ಇರುವಂಥವರು. ಒಂದು ದೃಷ್ಟಿಯಿಂದ ನಿಜವೂ ಇರಬಹುದು. ಯಾಕೆಂದರೆ ನಾವೆಲ್ಲ ನಾಲ್ಕಕ್ಷರ ಕಲಿತು ಅಲೆಮಾರಿಗಳಾಗಿ ಬಂದವರು. ಈ ನಾಲ್ಕಕ್ಷರ ಯಾರ‍್ಯಾರನ್ನೋ ತಮ್ಮ ಮೂಲಬೇರುಗಳನ್ನು ಮರೆಮಾಚುವ ರೀತಿಯಲ್ಲಿ ಜಗತ್ತಿನ ಉದ್ದಗಲಕ್ಕೂ ಎಲ್ಲೆಲ್ಲೋ ಎಸೆದಿದೆ. ಇದನ್ನೆಲ್ಲ ಸಾಹಿತ್ಯ ಸಂಸ್ಕೃತಿಯ ಮೂಲಕ ಅರಿಯುವ ಲೋಕವನ್ನು ಪ್ರತಿಬಾರಿ ಅವರನ್ನು ಭೇಟಿಯಾದಾಗಲೆಲ್ಲಾ ಅನ್ನಿಸುತ್ತಿರುತ್ತದೆ. ನನ್ನ ಮನಸ್ಸು ಬರಡಾದಾಗಲೆಲ್ಲ ಕಿ.ರಂ. ಅವರ ಸಾನ್ನಿಧ್ಯ ಜೀವ ತುಂಬಿದೆ. ಕೇವಲ 'ಕನಸಿಗೊಂದು ಕಣ್ಣು'ವಿಗೆ ಮಾತ್ರವಲ್ಲ. ಲಂಕೇಶ್ ಪತ್ರಿಕೆಯಲ್ಲಿ

ಸುಮಾರು ಇಪ್ಪತ್ತೆರಡು ವರ್ಷ ಬರೆದಾಗಲೂ ಲವಲವಿಕೆಯನ್ನು ಪಡೆದಿದ್ದೇನೆ. ಇದನ್ನು ಹಿಂದೆಯೇ 'ಶೂದ್ರ'ದಲ್ಲಿ ಸಾಕಷ್ಟು ಬಾರಿ ಸೂಚ್ಯವಾಗಿ ಪ್ರಸ್ತಾಪಿಸಿರುವೆ. ಅವರ ಮನೆಯ ಪುಸ್ತಕಗಳ ನಡುವೆ, ಸಂಗೀತದ ನಡುವೆ ಇನ್ನು ಏನೇನೋ ವಿಚಿತ್ರ ವಸ್ತುಗಳ ನಡುವೆ ಕೂತಾಗ ಒಟ್ಟು ನನ್ನ ಮನಸ್ಸಿನ ಪ್ರಕ್ರಿಯೆಯಲ್ಲಿ ಎಂತೆಂಥ ಓಜಸ್ಸು ಸಂಚಲನವಾಗಿದೆ. ನೆರೂಡ, ಮೈಕೋವಸ್ಕಿ, ಬ್ಲೇಕ್ ಮುಂತಾದವರ ಪದ್ಯಗಳನ್ನು ಓದುವಾಗ ಅರ್ಥ ವ್ಯಾಪ್ತಿ ಮತ್ತು ಲಯಗಾರಿಕೆಯನ್ನು ವಿಸ್ತರಿಸುವಾಗ ಇಲ್ಲಿ ನಮ್ಮ ಬೇಂದ್ರೆ, ಕುವೆಂಪು, ಕೆ.ಎಸ್.ನ., ಅಡಿಗ, ಯುರ್ಮುಂಜ ರಾಮಚಂದ್ರ, ಗಂಗಾಧರ ಚಿತ್ತಾಲ ಮತ್ತು ಲಂಕೇಶ್, ಅನಂತಮೂರ್ತಿ ಅಂಥವರನ್ನು ಹೊಸ ಹೊಸ ಓದಿನ ಕ್ರಮಕ್ಕೆ ಅನುವುಗೊಳಿಸಿದ್ದಾರೆ.

ಗ್ಯಾಸ್ ಕಾಲೇಜಿನಿಂದ ಸೆಂಟ್ರಲ್ ಕಾಲೇಜಿಗೆ ನನ್ನ ಮನಸ್ಸು ತವಕಿಸುತ್ತಿತ್ತು. ಆ ಕಾಲದಲ್ಲಿ ನನಗೆ ಮನಶಾಸ್ತ್ರ, ರಾಜಕೀಯಶಾಸ್ತ್ರ ಮತ್ತು ಸಮಾಜಶಾಸ್ತ್ರ ವಿಷಯಗಳಲ್ಲಿ ತುಂಬ ಆಸಕ್ತಿ ಇತ್ತು. ಅದರಲ್ಲೂ ಮುಖ್ಯವಾಗಿ ರಾಜಕೀಯ ಆನರ್ಸ್ ಸಿಗುವುದೆಂದು ಆಸೆ ಇತ್ತು. ಆದರೆ ಅದು ಸೆಂಟ್ರಲ್ ಕಾಲೇಜಿನಲ್ಲಿರಲಿಲ್ಲ. ಮೌಂಟ್ ಕಾರ್ಮೆಲ್ ಕಾಲೇಜಿಗೆ ಹುಡುಗಿಯರಿಗಾಗಿ ಕೊಟ್ಟಿದ್ದರು. ಕೊನೆಗೆ ಸೋಷಿಯಾಲಜಿ ಆನರ್ಸ್ ಸಿಕ್ಕಿತು. ಊಟಕ್ಕೆ ತುಂಬ ಒದ್ದಾಡುತ್ತಿದ್ದ ದಿನಗಳು. ಜಗತ್ತಿನ ಎಲ್ಲ ಸುಂದರವಾದ ಹುಡುಗಿಯರು ಸೆಂಟ್ರಲ್ ಕಾಲೇಜಿನಲ್ಲಿಯೇ ತುಂಬಿದ್ದಾರೇನೋ ಎಂಬ ಭಾವನೆ ಎಂಥವರಿಗೂ ಬರುತ್ತಿತ್ತು. ಆದ್ದರಿಂದಲೇ ಬೆಂಗಳೂರಿನ ಬೇರೆ ಬೇರೆ ಕಾಲೇಜಿನ ಬಹಳಷ್ಟು ಹುಡುಗರು ಸೆಂಟ್ರಲ್ ಕಾಲೇಜಿನ ಆವರಣದಲ್ಲಿ ಸುತ್ತಾಡುವುದೆಂದರೆ ಒಂದು ಲಕ್ಸುರಿ ಎಂದು ತಿಳಿದಿದ್ದರು. ಪಾಪ! ಹುಡುಗಿಯರನ್ನು ಪ್ರೀತಿಸಲು ಗೊತ್ತಿಲ್ಲದ ಹುಡುಗರು. ಈ ಕಾರಣಕ್ಕಾಗಿ ಇಲ್ಲಿಯ ಕಾಲೇಜಿನ ಆವರಣದಲ್ಲಿ ಹುಡುಗಿಯರಿಗಾಗಿ ಎಂಥ ಮಾರಾಮಾರಿ ಆಗಿದೆ. ನಾನು ಹಳ್ಳಿಯಿಂದ ಓಡಿ ಬಂದವನಾದ್ದರಿಂದ ಇಂಥದ್ದನ್ನೆಲ್ಲ ಹೇಗೆ ಸ್ವೀಕರಿಸಬೇಕು ಎಂಬುದು ಗೊತ್ತಾಗಬೇಕಾದರೆ ಒಂದೆರಡು ವರ್ಷವೇ ಆಗಬೇಕಾಯಿತು.

ಆನರ್ಸ್‌ಗೇನೋ ಸೇರಿದೆ. ಆಗ ನಾನು ಪಕ್ಕಾ ಖಾದಿ ಷರ್ಟಿನ ಮತ್ತು ಪಂಚೆಯ ಟವಲ್ ಗಿರಾಕಿ. ಎಲ್ಲರೂ ನನ್ನನ್ನು ಇವನೆಂಥ ಪೆಕರಾ ಎಂದು ನೋಡುತ್ತಿದ್ದರು. ಆನರ್ಸ್ ಹುಡುಗಿಯರಂತೂ ನನ್ನ ಬಗ್ಗೆ ತುಂಬಾ ಕರುಣಾಮಯಿಗಳೇ ಆಗಿದ್ದರು. ಉತ್ತಮ ಉಪನ್ಯಾಸಕರಿದ್ದರು. ಅವರ ಉಪನ್ಯಾಸದ ಇಂಗ್ಲೀಷನ್ನು ಅನುಸರಿಸುವುದು ತುಂಬ ಕಷ್ಟವಾಗುತ್ತಿತ್ತು. ಹುಡುಗಿಯರೇ ಜಾಸ್ತಿ ಇದ್ದದ್ದು. ಇದ್ದ ಹುಡುಗರಲ್ಲಿ ಯಾವ ಯಾವ ಭಾಷೆಯವರೋ, ಯಾವ ಯಾವುದೋ ದೇಶದವರು. ವಿಚಿತ್ರ ಇನ್ಫೀರಿಯಾರಿಟಿಯಿಂದ ಅವರ ಬಳಿ ಸುಳಿಯಲು ಆಗಲಿಲ್ಲ. ಒಂದು ದಿನ ವಿಷಾದದಿಂದ ಸಮಸ್ಯೆಯನ್ನು ತೋಡಿಕೊಂಡಾಗ ಪ್ರೊ. ಮುದ್ದುಲಿಂಗಣ್ಣನವರು ನನ್ನನ್ನು ಸಮಾಧಾನಪಡಿಸಿ ಪ್ರೊ.ರಂ. ಶ್ರೀ ಮುಗಳಿಯವರನ್ನು ಭೇಟಿ ಮಾಡಿ ಕನ್ನಡ ಆನರ್ಸ್‌ಗೆ ಸೇರಿಸಿದರು. ಪ್ರೊ. ಮುದ್ದುಲಿಂಗಣ್ಣನವರು ಟಿಪಿಕಲ್ ಪ್ರೊ. ಜಿ.ಎಸ್. ಶಿವರುದ್ರಪ್ಪನವರ ರೀತಿಯಲ್ಲಿ ಇದ್ದವರು. ಅದೇ ರೀತಿಯ ಕ್ಲೋಸ್ ಕಾಲರ್ ಕೋಟು, ಕಚ್ಚೆಪಂಚೆ, ಕನ್ನಡ ಆನರ್ಸ್‌ಗೆ ಸೇರಿಕೊಳ್ಳುವ ಸಮಯಕ್ಕೆ ಸುಮಾರು ಆರು ತಿಂಗಳು ಕಳೆದುಹೋಗಿತ್ತು. ಪಂಚೆಯಿಂದ ನಾನು ಪ್ಯಾಂಟಿಗೆ ಬಂದಿದ್ದೆ. ಪಂಚೆಯ ಜೊತೆಯಲ್ಲಿಯೇ ಟವಲ್ಲೂ ಹೆಗಲಿನಿಂದ ಕೆಳಕ್ಕಿಳಿಯಿತು. ಈ ಪುಟ್ಟ ಬದಲಾವಣೆ ನನಗೆ ಸ್ವಲ್ಪ ವಿಷಾದವನ್ನು ತಂದುಕೊಟ್ಟಿತ್ತು. ಮೊದಲನೆಯ ತರಗತಿಯನ್ನ ಕೆ.ಆರ್. ನಾಗರಾಜ್, ಕೆ.ಆರ್.ಎನ್. ಅಥವಾ ಅಷ್ಟೊತ್ತಿಗೆ ಕಿ.ರಂ. ಆಗಿದ್ದರೇನೋ ನನಗೆ ಗೊತ್ತಿರಲಿಲ್ಲ. ಅವರನ್ನು ನೋಡಿದಾಕ್ಷಣ ಗ್ಯಾಸ್ ಕಾಲೇಜಿನಲ್ಲಿ ಚರ್ಚಾ

ಸ್ಪರ್ಧೆ ಸಂದರ್ಭದಲ್ಲಿ ನೋಡಿದ ವ್ಯಕ್ತಿ ಅನ್ನಿಸಿತು. ಧನ್ಯತಾ ಭಾವದಿಂದ ಅವರನ್ನು ಅಕ್ಕಪಕ್ಕದವರನ್ನು ಪಿಳಪಿಳ ನೋಡತೊಡಗಿದೆ. ಕಿ.ರಂ. ಅವರು ಲಂಕೇಶ್ ಅವರ 'ಅವ್ವ' ಪದ್ಯವನ್ನು ಹಿಂದಿನ ದಿವಸ ಪಾಠ ಮಾಡಿದ್ದರು. ಒಂದು ದೃಷ್ಟಿಯಿಂದ ಆ ಪಾಠದಿಂದ ವಂಚಿತನಾಗಿದ್ದೆ. ಆದರೆ ಆ ಪದ್ಯವನ್ನ ಕುರಿತು ಟಿಪ್ಪಣಿ ಬರೆದು ಕೆಎಂಎಸ್ ಅವರಿಗೆ ಕೊಡಲು ಹೇಳಿದ್ದರು. "ನಾಳೆಯಿಂದ ನನ್ನ ಪಾಠ ಬಸವನಗುಡಿಯ ನ್ಯಾಷನಲ್ ಕಾಲೇಜಿನಲ್ಲಿ. ಇಲ್ಲಿ ಇದೇ ಕೊನೆಯ ತರಗತಿ" ಎಂದು ಹೇಳಿದಾಗ, ವಿದ್ಯಾರ್ಥಿಗಳು ಪ್ರೀತಿಯಿಂದ "ಸರ್, ಯಾಕೆ ಹೋಗುತ್ತಿದ್ದೀರಿ? ಇಲ್ಲೇ ಇರ್ರೀ" ಎಂದು ಅಂಗಲಾಚುತ್ತಿದ್ದರು. ನನಗೇನು ಅರ್ಥವಾಗದೆ, ಪರಿಚಯ ಮಾಡಿಕೊಳ್ಳಲು ಆಗದೆ ಸುಮ್ಮನಾಗಿದ್ದೆ. ಆ ಅಂಗಲಾಚುವಿಕೆಯಲ್ಲಿ ವಿಷಾದವಿತ್ತು, ವೇದನೆಯಿತ್ತು. ಯಾಕೆಂದರೆ ಅತ್ಯುತ್ತಮ ಮೇಸ್ಟ್ರು ತಮ್ಮ ಪಾಠ ಮಾಡುತ್ತಿದ್ದ ಜಾಗದಿಂದ ಮತ್ತೊಂದು ಕಡೆ ವರ್ಗವಾದಾಗ ವಿದ್ಯಾರ್ಥಿಗಳು ಎಷ್ಟು ಒದ್ದಾಡುತ್ತಾರೆ ಎಂಬುದನ್ನ ನನ್ನ ಬಾಲ್ಯ ಕಾಲದ ಮೇಸ್ಟರುಗಳನ್ನು ಕಳಿಸಿಕೊಡುವಾಗ ಎಷ್ಟು ಒದ್ದಾಡಿದ್ದೆ. ಹಾಗೆ ನೋಡಿದರೆ ಪ್ರತಿಯೊಬ್ಬ ಮೇಸ್ಟ್ರು ವರ್ಗವಾದಾಗ ಅವರಿಗೆ ಬೀಳ್ಕೊಡುಗೆ ಸಮಾರಂಭವನ್ನು ಅದ್ದೂರಿಯಾಗಿ ಆಚರಿಸುತ್ತಿದ್ದೆವು. ಊರಿನ ಮುಖಂಡರನ್ನೆಲ್ಲ ಸೇರಿಸುತ್ತಿದ್ದೆವು. ಅದನ್ನು ಆಚರಿಸುವ ಸಂಭ್ರಮದಲ್ಲಿಯೇ ವಿಷಾದದ ಅಧ್ಯಾಯ ಎಷ್ಟು ದೀರ್ಘವಾಗಿ ಬೆಳೆಯುತ್ತಿತ್ತು. ನನ್ನ ಮನಸ್ಸಿನ ತುಂಬ ಎಂತೆಂಥ ಗ್ರೇಟೆಸ್ಟ್ ಟೀಚರ್ಸ್ ತುಂಬಿಕೊಂಡಿದ್ದಾರೆ.

ಕಿ.ರಂ. ಅವರನ್ನು ಕಳಿಸಿಕೊಟ್ಟೆವು. ಎಲ್ಲರೂ ಭಾವುಕರಾಗಿದ್ದರು. ನನ್ನಲ್ಲಿ ಭಾವುಕತೆ ಇರಲಿಲ್ಲ. ಯಾಕೆಂದರೆ ಅಟ್ಯಾಚ್‌ಮೆಂಟ್ ರಿಜಿಸ್ಟರ್ ಆಗಿರಲಿಲ್ಲ. ಆದರೆ ನನ್ನ ಸಹಪಾಠಿಗಳೆಲ್ಲ ಮಾತಾಡಿಕೊಳ್ಳುತ್ತಿದ್ದುದು, "ಅವರು ನವ್ಯ ಸಾಹಿತ್ಯದ ಪ್ರತಿಪಾದಕರಾಗಿದ್ದರು. ಇಲ್ಲದಿದ್ದರೆ ಅವರನ್ನು ಇಲ್ಲೇ ಉಳಿಸಿಕೊಳ್ಳುತ್ತಿದ್ದರು" ಎಂಬುದಾಗಿ. ನಾನು ಇನ್ನು ಈ ನವೋದಯ ಮತ್ತು ನವ್ಯದ ಬಾಗಿಲುಗಳನ್ನು ತೆರೆದೇ ಇರಲಿಲ್ಲ ಒಳಗೆ ಪ್ರವೇಶಿಸಲು. ಇಷ್ಟಾದರೂ ಒಂದಂತೂ ಸತ್ಯ. ಸುಮಾರು ಈ ನಲವತ್ತು ವರ್ಷಗಳಲ್ಲಿ ಕಿ.ರಂ. ಅವರಿಂದ ಸಾವಿರಾರು ಪಾಠಗಳನ್ನು ಕೇಳಿದ್ದೇನೆ. ಆ ಪಾಠ ನಲವತ್ತೈದು ನಿಮಿಷ ಅಥವಾ ಒಂದು ಗಂಟೆಯ ತರಗತಿಯ ಪಾಠವಲ್ಲ. ಹತ್ತಾರು ಗಂಟೆಗಳು ಅವರ ಮುಂದೆ ಕೂತು ಮಾತು ಹಾಗೂ ಮೌನದ ನಡುವೆ ಜಗತ್ತಿನ ವಿವಿಧ ಆಯಾಮಗಳನ್ನು ಅಂಗೈಯಲ್ಲಿಟ್ಟುಕೊಂಡು ಇವೆಲ್ಲ ಬದುಕಿನ ನಿಜಲಿಂಗಗಳು; ಇವುಗಳಿಗೆಲ್ಲ ಇಂತಿಂಥ ರೀತಿಯ ಸ್ಥಿತ್ಯಂತರಗಳು ಇರುತ್ತವೆ ಎಂದು ದಾರ್ಶನಿಕರ ರೀತಿಯಲ್ಲಿ ಪಾಠ ಮಾಡಿದವರು. ಇಂಥ ಸ್ಥಿತಿಯಲ್ಲಿ ಎಷ್ಟೊಂದು ರೀತಿಯ ಭಾವನಾತ್ಮಕ ಏರುಪೇರುಗಳನ್ನು ಕಂಡಿದ್ದೇನೆ. ಒಮ್ಮೊಮ್ಮೆ ಅಲ್ಲಿ ವಾಲ್ಮೀಕಿ, ವ್ಯಾಸ ಪೀಠಸ್ಥರಾಗಿದ್ದರೆ ಮತ್ತೊಮ್ಮೆ ವಿಶ್ವಾಮಿತ್ರ ಮತ್ತು ದೂರ್ವಾಸಮುನಿಗಳು ಆ ಪೀಠವನ್ನು ಆಕ್ರಮಿಸಿಕೊಂಡಿರುತ್ತಾರೆ. ಮತ್ತೆ ಕೆಲವೇ ಕ್ಷಣಗಳಲ್ಲಿ ರಾಮ–ಕೃಷ್ಣರು

ಬಂದು ಹೋಗಿರುತ್ತಾರೆ. ಬುದ್ಧ, ಗಾಂಧಿ, ಕಬೀರ ಮತ್ತು ಮಂಟೇಸ್ವಾಮಿಯಂಥವರು ಬದುಕಿನ ವೈಭವವನ್ನು ಅಲಂಕರಿಸುತ್ತ ಕೂತಿರುತ್ತಾರೆ. ಇದಕ್ಕೆಲ್ಲ 'ತಲ್ಲಣಿಸದಿರು ಕಂಡ್ಯಾ ತಾಳು ಮನವೆ' ಎಂಬ ಮಾನಸಿಕ ಅಸ್ತ್ರವನ್ನು ಯೋಗಿಗಳ ರೀತಿಯಲ್ಲಿ ಕಂಕುಳಲ್ಲಿ ಇಟ್ಟುಕೊಂಡಿರಲೇಬೇಕಾಗುತ್ತದೆ. ಇಲ್ಲದಿದ್ದರೆ ಕಿ.ರಂ. ಅವರಂಥ ಅದ್ಭುತ ಚೈತನ್ಯ ನಮಗೆ ದಕ್ಕುವುದೇ ಇಲ್ಲ. ಈ 'ದಕ್ಕು' ಎನ್ನುವುದಕ್ಕೆ ಇನ್ನೊಂದು ಅರ್ಥವಿದೆ: ಚೂಪಾದ ಮುಳ್ಳು, ಮುಳ್ಳಿನ ಸಸಿ ಎಂದು ಇದನ್ನು ಮುಂದುವರೆಸಿ ಹೇಳಬೇಕೆಂದರೆ. ನಮ್ಮ ಶ್ರೀಮಂತ ನೆನಪುಗಳೆಲ್ಲ ಯಾವುವೂ ಸರಳವಾಗಿರುವುದಿಲ್ಲ. ಸಂಕೀರ್ಣವಾಗಿರುತ್ತವೆ. 'ದಕ್ಕು'ಗೆ ಹತ್ತಿರವಾಗಿರುತ್ತವೆ. ಯಾರ್‍ಯಾರೋ ಮಹಾನುಭಾವರ ಸಂಕೀರ್ಣ ಕಾಂಪೊನೆಂಟ್ಸ್‌ಗಳೆಲ್ಲ ಏಕೀಭವಿಸುವುದರಿಂದ; ಒಂದು ಮಾರ್ಮಿಕ ರೂಪಕವಾಗಿ ಗೋಚರಿಸುತ್ತಿರುತ್ತಾರೆ. ಕಿ.ರಂ. ಅವರ ಮುಂದೆ ನಾನು ನಿಂತಾಗ ಯಾವಾಗಲೂ ಹೀಗೆಯೇ ಪರಿಭಾವಿಸುವುದು.

ಕಿ.ರಂ. ಅವರನ್ನು ನೋಡುವಿಕೆ ಹನುಮಂತನಗರದ ಹಾಸ್ಟಲ್‌ನ ದಿನಗಳಿಂದ ಶಂಕರಪುರಂನ ರಂಗರಾವ್ ರಸ್ತೆಯ ಕೊಠಡಿಯಿಂದ ನಾಗಸಂದ್ರ ಸರ್ಕಲ್‌ನ ಮನೆಯಿಂದ ಡಿವಿಜಿ ರಸ್ತೆಯ ಮನೆಯಿಂದ ಆರ್.ವಿ. ರಸ್ತೆಯ ಮನೆಯವರೆವಿಗೆ ಕಾಲ ಬಹುದೂರ ಬೆಳೆದಿದೆ. ಎಷ್ಟೋ ಸಾಂಸ್ಕೃತಿಕ ಹಾಗೂ ಸಾಹಿತ್ಯಕ ಪಲ್ಲಟಗಳು ಜರುಗಿ ಹೋಗಿವೆ. ಈ ಪಲ್ಲಟಗಳನ್ನು ಕುರಿತು ಚರ್ಚೆ ಇರಬಹುದು ಪ್ರತಿಭಟನೆ ಇರಬಹುದು. ಇದಕ್ಕೆ ಪೂರಕವಾಗಿ ಸೃಷ್ಟಿಯಾಗುವ ಕರಪತ್ರದವರೆವಿಗೆ ಸೆಂಟ್ರಲ್ ಕಾಲೇಜಿನ ಪಿ.ಪಿ. ಕಟ್ಟೆಯಷ್ಟೇ ಇವರ ಮನೆ ವೇದಿಕೆಯಾಗಿದೆ. ಕಿ.ರಂ. ಅವರು ನ್ಯಾಷನಲ್ ಕಾಲೇಜು ಸೇರಿದರೂ ಪ್ರತಿದಿನ ಸಂಜೆಯಾದರೆ ಸೆಂಟ್ರಲ್ ಕಾಲೇಜಿನ ಪ್ರಸನ್ನಕುಮಾರ್ ಬ್ಲಾಕ್‌ನ ಕನ್ನಡ ವಿಭಾಗಕ್ಕೆ ಬರುವುದು ತಪ್ಪುತ್ತಿರಲಿಲ್ಲ. ಅಲ್ಲಿ ಡಾ॥ ಕೆ.ಎಂ.ಎಸ್. ಅವರ ಕೊಠಡಿ ಸದಾ ತೆರೆದ ಬಾಗಿಲಾಗಿತ್ತು. ನನ್ನ ಬದುಕಿಗೆ ಲಂಕೇಶ್ ಅವರು ಹಾಗೂ ಕಿ.ರಂ. ಅವರು ಬಂದಿದ್ದು ಕೂಡ ಈ ಕೊಠಡಿಯಿಂದಲೇ. ಲಂಕೇಶ್ ಅವರಿಗೆ ವಿದ್ಯಾರ್ಥಿಯಾಗಿ ಪರಿಚಯವಾದ ಎರಡನೆಯ ದಿನವೇ ಆಗಿನ ಕಾಲಕ್ಕೆ ತುಂಬ ಪ್ರಸಿದ್ಧಿಯಾಗಿದ್ದ ಕಬ್ಬನ್ ಪಾರ್ಕ್ ಬಳಿಯ ಟಿಫಾನೀಸ್ ಹೋಟೆಲ್‌ಗೆ ಕರೆದುಕೊಂಡು ಹೋಗಿದ್ದರು. ಎರಡು ಬ್ರೌನ್ ಬಾಟಲ್ ಬಿಯರ್‌ನ ನೊರೆಯ ಮುಂದೆ ಕೂತು ಲಂಕೇಶ್ ಅವರು ನನ್ನ ಪೂರ್ವೋತ್ತರಗಳನ್ನು ಮೌನದಲ್ಲಿ ಒಂದೊಂದು ಸಿಗರೇಟಿನ ಹೊಗೆಯ ನಂತರವೂ ಹುಡುಕುತ್ತಿದ್ದರು. ನಾನು ಇಲ್ಲಿಯವರೆವಿಗೂ ಅವರ ಚುಟುಕಗಳನ್ನು ಓದಿದ್ದ ದಿನಗಳಿಂದ 'ಬಿಚ್ಚು' ಕವನ ಸಂಕಲನದವರೆಗೆ ಗೊಂದಲಮಯವಾಗಿಯೇ ಹುಡುಕಾಟದಲ್ಲಿ ತೊಡಗಿದ್ದೆ. ಇದು ನಿಧಾನವಾಗಿ ಗಟ್ಟಿಯಾಗುತ್ತ ಹೋಗಿದ್ದು ಕಿ.ರಂ. ಅವರನ್ನು ರಂಗರಾವ್ ರಸ್ತೆಯಲ್ಲಿ ಭೇಟಿಯಾಗಲು ತೊಡಗಿದಾಗ; 'ಅವ್ವ' 'ಬಿಚ್ಚು' ಮತ್ತು 'ದೇಶಭಕ್ತ ಸೂಳೇಮಗನ

ಗದ್ಯಗೀತೆ' ಈ ಮೂರೂ ಕವನಗಳು ಕೊಡುವ ಅನುಭವವೇ ಬೇರೆ. ಇಂಥದಕ್ಕೆಲ್ಲ ನನ್ನಂಥ ನೂರಾರು ಮಂದಿಯ ಮನಸ್ಸುಗಳನ್ನು ಪರಿಪಕ್ವಗೊಳಿಸಿ ಅಡಿಗರ ಓದಿಗೆ ನಮ್ಮನ್ನು ಕಿ.ರಂ. ಅವರು ಸಿದ್ಧಪಡಿಸಿದ್ದರು. ಈ ರೀತಿಯ ಸಿದ್ಧಪಡಿಸುವಿಕೆ ಹೊಸ ಓದಿಗೆ ಮತ್ತು ಬೇರೆಬೇರೆ ಅತ್ಯುತ್ತಮ ಚಿಂತನಾಕ್ರಮಗಳಿಗೆ ಮುಕ್ತರಾಗಿರುವುದೇ ಆಗಿರುತ್ತದೆ. ಹಾಗೆಯೇ ನಮ್ಮಂಥವರನ್ನು ಬದಲಾಗುತ್ತಿರುವ ಸಾಧ್ಯತೆಗಳ ಬಗ್ಗೆ ಸಿನಿಕರಾಗದಂತೆ ನೋಡಿಕೊಂಡದ್ದು. ಇಲ್ಲದಿದ್ದರೆ ನಮ್ಮ ಸಾಹಿತ್ಯ ಸಂದರ್ಭದ ಅತ್ಯುತ್ತಮ (ಶ್ರೇಷ್ಠರೆಂದು ಕರೆದರೂ ಚಿಂತೆಯಿಲ್ಲ) ಲೇಖಕರು ನಮಗೆ ತಲುಪುತ್ತಿರಲೇ ಇಲ್ಲ. ಇದರ ಜೊತೆ ಜೊತೆಗೆಯೇ ಸಾಕ್ಷಿ, ಎನ್ಕೌಂಟರ್, ಸೆಮಿನಾರ್, ಮ್ಯಾನ್‌ಕೈಂಡ್ ರೀತಿಯ ಪತ್ರಿಕೆಗಳಿಗೆ ನಮ್ಮ ಕಣ್ಣು ಮತ್ತು ಕಿವಿಯನ್ನು ತೆರೆದಿಟ್ಟರು. ಹೀಗೆ ತೆರೆದಿಡುತ್ತಲೇ ಸಾಹಿತ್ಯಕ ವಾಗ್ವಾದಗಳಿಗೆ ನಮ್ಮನ್ನು ಸಿದ್ಧಪಡಿಸಿದ್ದರು. ಈ ದೃಷ್ಟಿಯಿಂದ ನಮ್ಮ ದಿನಪತ್ರಿಕೆಗಳಲ್ಲಿ ವಾಚಕರವಾಣಿಯಂಥ ಅಂಕಣಗಳಲ್ಲಿ ಎಂತೆಂಥ ಮಾರ್ಮಿಕ ಚರ್ಚೆಗಳಾಗಿವೆ. ಎಲ್ಲದಕ್ಕೂ ಆರೋಗ್ಯಪೂರ್ಣವಾಗಿ ಸ್ಪಂದಿಸಬೇಕು ಎನ್ನುವುದೂ ಕೂಡ ಇಲ್ಲಿ ಮುಖ್ಯವಾಗುತ್ತದೆ.

ನಶ್ಯದಂಥ ಘಾಟಿನ ಪುಡಿಯನ್ನು ಮೂಗಿಗೇರಿಸುವಂತೆ ಮಾಡಿ ಮೆದುಳನ್ನು ಚುರುಕುಗೊಳಿಸಿದವರು. ಹಾಗೆಯೇ ದೇಸೀ ಸಂಸ್ಕೃತಿಯ ವಿವಿಧ ತೈಲಗಳ ಬಗ್ಗೆ ಹಾಗೂ ಚವನಪ್ರಾಶದಂಥವುಗಳ ಕಡೆ ಒಲವು ಬೆಳೆಸಿದರು. ಹೀಗೆ ಬೆಳೆಸುತ್ತಲೇ ಪಂಡಿತ ತಾರಾನಾಥರನ್ನು ಪರಿಚಯಿಸಿದರು. ಅವರ 'ಧರ್ಮ ಸಂಭವ'ವನ್ನು ಓದಿಸಿದರು. ರಾಜೀವ ತಾರಾನಾಥರ ಸರೋದಿಗೆ ಕರೆದುಕೊಂಡು ಹೋದರು. ಅಲಿ ಅಕ್ಬರ್ ಖಾನ್‌ರಂಥ ಮಹಾನ್ ಕಲಾವಿದರನ್ನು ತೋರಿಸಿದರು. ಇದರೊಟ್ಟಿಗೆ ರಾಜೀವ ತಾರಾನಾಥರ ಮೆದುಳಿನಲ್ಲಿ ಸ್ಟಾಕಿರುವ ಎಷ್ಟೊಂದು ಒಳನೋಟಗಳನ್ನು ಬಿಚ್ಚಿಸಿದರು. ಯಾಕೆಂದರೆ ಕಿ.ರಂ. ಅವರ ಹುಚ್ಚುತನದ ಲೋಕವೇ ವಿಚಿತ್ರವಾದದ್ದು. ಅದು ಲೋಕಪಾವನದ ಲೋಕ, ದೇವಾನುದೇವತೆಗಳ ಅಥವಾ ಅಸಹನೆಯ ವ್ಯಕ್ತಿಗಳ ಲೋಕವಲ್ಲ. ಅದು 'ನಿಜದ ನಿಜ'ವನ್ನು ಕಾಣುವ ಮನುಷ್ಯರ ಲೋಕ. ಅವರೆಲ್ಲ ವಚನಕಾರರಂತೆ, ದಾಸರಂತೆ, ಸೂಫಿಸಂತರಂತೆ ಮರ್ಮಲೋಕದವರು. ಮತ್ತೊಂದು ಅರ್ಥದಲ್ಲಿ ಭಕ್ತಿಪಂಥದವರು. ಈಗಲೂ ನೆನಪಿದೆ ಅದೇ ರಂಗರಾವ್ ರಸ್ತೆಯ ಕೊಠಡಿಯಲ್ಲಿ ನಶ್ಯದ ಪುಡಿ ಏರಿಸುತ್ತಲೇ ಕಿ.ರಂ. ಅವರ ಸಹೋದ್ಯೋಗಿ ಗಣಿತಶಾಸ್ತ್ರದ ಅಧ್ಯಾಪಕರಾದ ಜಿ. ವೆಂಕಟನಾರಾಯಣ ಅವರು ಸಂಗೀತ ಲೋಕದ ಬಗ್ಗೆ ಅದ್ಭುತ ಉಪನ್ಯಾಸವನ್ನು ಕೊಡುತ್ತಲೇ ಗಂಟಲನ್ನು ಆಲಾಪನೆಗೆ ಸಿದ್ಧಪಡಿಸುತ್ತಿದ್ದವರು. ಗಂಟಲಿಗೆ ಒಂದಷ್ಟು ಅಮೂಲ್ಯವಾದ ಸರಕು ಸೇರಿದರೆ ಒಂದು ರೀತಿಯ ಗಾನಲೋಕವನ್ನು ಸೃಷ್ಟಿಸುತ್ತಿದ್ದರು. ಅವರ ಓದಿನ ಲೋಕವು ಅಷ್ಟೇ ತುಂಬ ವಿಸ್ತೃತವಾದದ್ದು. ಇಂಥ ಪ್ರತಿಭಾವಂತ ಅಧ್ಯಾಪಕ ಏನೇನೋ ಪ್ರಯೋಗ ಮಾಡಲು

ಹೋಗಿ ದುರಂತವನ್ನು ತಂದುಕೊಂಡು ವಾಪತ್ತೆಯಾದರು. ನನಗಂತೂ ಆ ಕಾಲಕ್ಕೆ ನಾನಾ ರೀತಿಯ ಚಲನಚಿತ್ರಗಳನ್ನೆಲ್ಲ ತೋರಿಸಿದ್ದಾರೆ. ನಾವಿಬ್ಬರೂ ಬೆಂಗಳೂರು ಮಯೂರ ಫಿಲಂ ಸೊಸೈಟಿ ಸದಸ್ಯರಾಗಿದ್ದೆವು. ಕಿ.ರಂ. ಅವರ ಆಪ್ತವಲಯದ ಮಠದಲ್ಲಿ ಎಲ್ಲರೂ ಇಂಥವರೇ. ಆ ಮಠ ಬೆಂಗಳೂರಿಗೆ ಸೀಮಿತವಾದದ್ದಲ್ಲ. ಕರ್ನಾಟಕದ ಉದ್ದಗಲಕ್ಕೂ ಹರಡಿಕೊಂಡದ್ದು.

ಕಿ.ರಂ. ಅವರ ಕೊಠಡಿಯ ಬಳಿಯಲ್ಲಿ ಕಾಫಿ ಬಾರ್ ಇತ್ತು. ಅದು ಇಡ್ಲಿ ಸಾಂಬಾರ್ ಹಾಗೂ ಚೌಚೌ ಬಾತ್‌ಗೆ ತುಂಬ ಪ್ರಸಿದ್ಧಿಯಾಗಿತ್ತು. ಅಲ್ಲಿ ನಮಗೆ ಎಷ್ಟೊಂದು ತಿನ್ನಿಸಿದ್ದಾರೆ. ಎಷ್ಟೋ ಬಾರಿ ನಾವು ರಾತ್ರಿ ಅಲ್ಲಿಯೇ ಠಿಕಾಣಿ ಹಾಕುತ್ತಿದ್ದೆವು. ಇದೇ ಸಮಯದಲ್ಲಿ ಒಂದು ಸ್ವಾರಸ್ಯ ನಡೆಯಿತು. ನಾವು ನಿಶಾಚರರಾಗಿ ಓಡಾಡುತ್ತಿದ್ದಾಗ ರಾತ್ರಿ ಹನ್ನೊಂದೂವರೆ ಸುಮಾರಿಗೆ ಡಿ.ವಿ.ಜಿ.ಯವರ ಮನೆ ಮುಂದೆ ನಿಂತು ನಾನು "ಡಿ.ವಿ.ಜಿಯವರೇ ಏನು ಮಾಡುತ್ತಿದ್ದೀರಿ? ನಮ್ಮನ್ನು ಬೀದಿಯಲ್ಲಿ ಬಿಟ್ಟು" ಎಂದು ಕೂಗಿದಾಗ ಜೊತೆಯಲ್ಲಿದ್ದ ಗೆಳೆಯನೊಬ್ಬ "ಏಯ್ ನಡಿಯೋ 'ಮಂಕುತಿಮ್ಮನ ಕಗ್ಗ' ಅಟ್ಟಿಸಿಕೊಂಡು ಬಂದು ಹೊಡೀತದೆ" ಎಂದಾಗ ಕಿ.ರಂ. ಮುಸಿಮುಸಿ ನಗುತ್ತ ನಡೆದಿದ್ದರು. ಇದನ್ನು ಒಮ್ಮೆ ಬಿ.ಜಿ.ಎಲ್. ಸ್ವಾಮಿಯವರಿಗೆ ಹೇಳಿದಾಗ ಅವರು ನಗುತ್ತ "ನನಗೆ ಗೊತ್ತಿದ್ದರೆ, ನಾನು ನಿಮ್ಮ ಜೊತೆ ಸೇರಿಕೊಳ್ಳುತ್ತಿದ್ದೆ" ಎಂದಿದ್ದರು. ಅವರು ಆಗ ತಾನೇ ನಿವೃತ್ತರಾಗಿ ಮದ್ರಾಸಿನಿಂದ ಬಂದಿದ್ದರು. ನಾನಾ ರೀತಿಯ ಸ್ವಾರಸ್ಯಗಳನ್ನು ತುಂಬಿಕೊಂಡಿದ್ದ ವಿದ್ವಾಂಸರು. ಒಂದೆರಡು ಬಾರಿ ವಿಜಯಲಕ್ಷ್ಮಿಯವರು ಕಿ.ರಂ. ಅವರ ಕೊಠಡಿ ಕಡೆ ಸುಳಿದಾಡುತ್ತಿದ್ದರು. ನಾವು ಗುಮಾನಿಯಿಂದ ಗುಸುಗುಸು ಮಾತಾಡಿಕೊಂಡೆವು. ಇವರಿಬ್ಬರ ನಡುವೆ ಗುಟ್ಟಾದ ಪ್ರೀತಿ ಇದ್ದದ್ದು ಗೊತ್ತಿರಲಿಲ್ಲ. ಆ ಕಾಲದಲ್ಲಿ ಕನ್ನಡ ವಿಭಾಗದಲ್ಲಿ ವಿಜಯಲಕ್ಷ್ಮಿ ಮೇಡಂ ಅವರೂ ಕ್ರಿಯಾಶೀಲ ವಿದ್ಯಾರ್ಥಿನಿಯಾಗಿದ್ದರು. ಈ ಕೊಠಡಿಯಲ್ಲಿದ್ದಾಗಲೇ ಮದುವೆಯಾಯಿತು. ಕೆ.ಎಂ.ಎಸ್. ಅವರು ಯಜಮಾನರಾಗಿ ಓಡಾಡಿದರು. ನಾವು ಬಂದವರನ್ನೆಲ್ಲ ಬರಮಾಡಿಕೊಳ್ಳುವಲ್ಲಿ ತೊಡಗಿದ್ದೆವು. ಮದುವೆಯಾದ ಮೇಲೂ ಕೆಲವು ದಿವಸ ಆ ಕೊಠಡಿಯಲ್ಲಿದ್ದರು. ನಂತರ ನಾಗಸಂದ್ರ ಸರ್ಕಲ್ ಬಳಿಗೆ ಮನೆ ಮಾಡಿಕೊಂಡು ಬಂದರು. ಅವರ ಜಾಗಕ್ಕೆ ಡಾ॥ ಜಿ. ರಾಮಕೃಷ್ಣ ಅವರು ಸೇರಿಕೊಂಡರು.

ನಾಗಸಂದ್ರ ಸರ್ಕಲ್‌ನ ಈ ಮನೆ ಸುಮಾರು ವರ್ಷ ಎಂತೆಂಥ ಚರ್ಚೆ ವಾಗ್ವಾದ ಮತ್ತು ಜಗಳಗಳಿಗೆ ಕೇಂದ್ರವಾಗಿರುತ್ತಿತ್ತು. ಒಂದು ರೀತಿಯಲ್ಲಿ ಕಾಸ್ಮಪಾಲಿಟನ್ ಮನೆಯೇ ಆಗಿತ್ತು. ಬಂದವರು ಬಂದ ಹಾಗೆ ಹೋದವರು ಹೋದ ಹಾಗೆ. ಇದೇ ಸಮಯದಲ್ಲಿ ಕಿ.ರಂ. ಅವರು ಅಡಿಗರ 'ವರ್ಧಮಾನ' ಕವನದ ಬಗ್ಗೆ ಮಾತಾಡಲು ಕನ್ನಡ ವಿಭಾಗಕ್ಕೆ ಬಂದಿದ್ದರು. ತಿಂಗಳಿಗೆ ಒಂದು ಬಾರಿ ಅಥವಾ ಎರಡು ಬಾರಿ ಸೆಮಿನಾರ್‌ಗೆಂದು ಎಂ.ಎ. ವಿದ್ಯಾರ್ಥಿಗಳು ಹಾಗೂ ಮೂರು ವರ್ಷಗಳ ಆನರ್ಸ್

ವಿದ್ಯಾರ್ಥಿಗಳು ಸೇರುತ್ತಿದ್ದೆವು. ವಿದ್ಯಾರ್ಥಿ ವಲಯದಲ್ಲಿ 'ವರ್ಧಮಾನ' ತುಂಬ ಚರ್ಚೆಯಾದ ಪದ್ಯ. ಪ್ರಜಾವಾಣಿಯ ಭಾನುವಾರ ಸಂಚಿಕೆಯ ಕಥೆ ಮತ್ತು ಕವನವನ್ನು ಗಂಭೀರವಾಗಿ ತೆಗೆದುಕೊಂಡು ಚರ್ಚೆ ಮಾಡುವುದು ನಮಗೊಂದು ಹೆಮ್ಮೆಯ ಸಂಗತಿಯಾಗಿತ್ತು. ಕೆ.ವಿಜಯಶ್ರೀ ಮತ್ತು ನಾನು ಈ ಸೆಮಿನಾರ್‌ನ ಆನರ್ಸ್ ವಿಭಾಗದ ಸಂಚಾಲಕರಾಗಿದ್ದೆವು. ನನ್ನ ತಪ್ಪುಗಳನ್ನು ಸರಿಪಡಿಸಿಕೊಳ್ಳುವುದಕ್ಕೆ ಈ ಸಂಚಾಲಕತ್ವ ತುಂಬ ಸಹಕಾರಿಯಾಯಿತು. ನನ್ನನ್ನು ತಿದ್ದುವುದಕ್ಕೆ ಗೆಳೆಯರಾದ ಹೆಚ್.ಎಸ್.ಮಾಧವರಾವ್ ಹಾಗೂ ಬಿ.ಜಯದೇವಪ್ಪ ಎಂಬ ಚಾಲೂಕಿನ ತುಂಟರಿದ್ದರು. ವಿಜಯಶ್ರೀಯವರಂತೂ ತುಂಬ ಜೀನಿಯಸ್ಸಾದ ಹುಡುಗಿ, ಅಷ್ಟೇ ದಿಟ್ಟತನದಿಂದ ಮಾತಾಡುವ ಚಾಲಾಕಿನ ಹುಡುಗಿ. ಎಂ.ಎ. ನಂತರ 'ಸುಧಾ' ವಾರಪತ್ರಿಕೆಯಲ್ಲಿ ತುಂಬ ವರ್ಷ ದುಡಿದು ನಾಲ್ಕೈದು ವರ್ಷಗಳ ಹಿಂದೆ ಕ್ಯಾನ್ಸರ್‌ನಿಂದ ನಿಧನ ಹೊಂದಿದರು. ಕಿ.ರಂ. ಅವರು 'ವರ್ಧಮಾನ'ದ ಬಗ್ಗೆ ತುಂಬ ಅದ್ಭುತವಾಗಿ ಮಾತಾಡಿದರು. ಸಾಕಷ್ಟು ಚರ್ಚೆಯಾಯಿತು. ಚರ್ಚೆಯ ಸಂದರ್ಭದಲ್ಲಿ ಪ್ರೊ. ಜಿ.ಎಸ್.ಎಸ್. ಅವರು ತಮಾಷೆಗೋ ಅಥವಾ ಗಂಭೀರವಾಗಿಯೋ ಗೊತ್ತಿಲ್ಲ "ನಿಮಗಿಂತ, ಕವನಕ್ಕೆ ಚಿತ್ರ ಬಿಡಿಸಿರುವ ಆರ್. ರಾಮಮೂರ್ತಿಯವರು ಹೆಚ್ಚು ಅರ್ಥಮಾಡಿಕೊಂಡಿದ್ದಾರೆ" ಎಂದರು. ಪ್ರಜಾವಾಣಿ ಹಾಗೂ ಡೆಕ್ಕನ್ ಹೆರಾಲ್ಡ್ ಪತ್ರಿಕೆಗಳಿಗೆ ರಾಜಕೀಯ ಹಾಗೂ ಸಮಕಾಲೀನ ವಿಷಯಗಳಿಗೆ ಸಂಬಂಧಿಸಿದಂತೆ ಅದ್ಭುತವಾಗಿ ವ್ಯಂಗ್ಯ ಚಿತ್ರಗಳನ್ನು ಬಿಡಿಸುತ್ತಿದ್ದರು. ಇದರ ಜೊತೆಗೆ ಭಾನುವಾರದ ಕವನಕ್ಕೆ ರಾಮಮೂರ್ತಿಯವರೇ ರೇಖಾಚಿತ್ರವನ್ನು ಬಿಡಿಸುತ್ತಿದ್ದರು. ಪ್ರೊ.ಜಿ.ಎಸ್.ಎಸ್. ಅವರ ಮಾತಿನಿಂದ ಕಿ.ರಂ. ಅವರು ಎಷ್ಟು ವೈಲ್ಡ್ ಆದರೆಂದರೇ ಊಹಿಸಿಕೊಳ್ಳಲು ಸಾಧ್ಯವಿಲ್ಲ. ಒಂದು ದೃಷ್ಟಿಯಿಂದ ಜಿ.ಎಸ್.ಎಸ್. ಅವರೂ ಅಷ್ಟೇ ಮುಖ ಮುರಿಯುವ ರೀತಿಯಲ್ಲಿ ಮಾತಾಡಬಾರದಾಗಿತ್ತು ಎಂದು ಬಹುಪಾಲು ವಿದ್ಯಾರ್ಥಿಗಳಿಗೆ ಅನ್ನಿಸಿತ್ತು. ಜಿ.ಎಸ್.ಎಸ್. ಅವರೂ ಅಷ್ಟೇ ಇಂಥದ್ದನ್ನೆಲ್ಲ ಸ್ಪೋರ್ಟಿವ್ ಆಗಿ ತೆಗೆದುಕೊಳ್ಳುತ್ತಿದ್ದರು. ತೆಗೆದುಕೊಂಡಿದ್ದರಿಂದ ಮತ್ತೆ ಕಿ.ರಂ. ಅವರು ಬೆಂಗಳೂರು ವಿಶ್ವವಿದ್ಯಾಲಯದ ಕನ್ನಡ ಅಧ್ಯಯನ ಕೇಂದ್ರಕ್ಕೆ ನ್ಯಾಷನಲ್ ಕಾಲೇಜಿನಿಂದ ಹೋಗಲು ಸಾಧ್ಯವಾಗಿದ್ದು.

ಈ ನಾಗಸಂದ್ರ ಸರ್ಕಲ್‌ನ ಈ ಮನೆಯಲ್ಲಿಯೇ ಸಿದ್ಧಲಿಂಗಯ್ಯನವರ ಕವನ ಸಂಕಲನ 'ಹೊಲೆ ಮಾದಿಗರ ಹಾಡು' ಆಕಾರ ಪಡೆದಿದ್ದು. ಅಷ್ಟೊತ್ತಿಗೆ ಆ ಸಂಕಲನದ ಎಲ್ಲ ಕವನಗಳು 'ಶೂದ್ರ'ದಲ್ಲಿ ಪ್ರತಿ ತಿಂಗಳು ಪ್ರಕಟವಾಗಿ ಮಾರ್ಮಿಕವಾದ ಪ್ರತಿಕ್ರಿಯೆಗಳನ್ನು ಬರಮಾಡಿಕೊಂಡಿತ್ತು. 'ಹೊಲೆ ಮಾದಿಗರ ಹಾಡು'ಗೆ ಕಿ.ರಂ., ಕೆ.ಎಂ.ಎಸ್., ಡಿ.ಆರ್.ನಾಗರಾಜ್, ಕೆ.ವಿ.ನಾರಾಯಣರವರಂಥವರು ಹಣ ತೊಡಗಿಸಿ ಪ್ರಕಟಿಸಿದ್ದರು. ಕೆ.ವಿ.ಎನ್. ಅರ್ಥಪೂರ್ಣ ವಿಮರ್ಶೆಯನ್ನು ಶೂದ್ರದಲ್ಲಿ

ಬರೆದರು. ಪ್ರಕಟಿಸುವುದಕ್ಕೆ ಮುನ್ನ ಕಿ.ರಂ. ಅವರು ಅದಕ್ಕೆ ಆಂತರಿಕ ಚರ್ಚೆಯನ್ನು ಮುಂದಿಟ್ಟಿದ್ದು ಮಹತ್ವಪೂರ್ಣವಾದ ವಿಷಯ. ಅಂದು ರಂಗಭೂಮಿಯ ಪ್ರಸನ್ನ ಅವರೂ ಇದ್ದರು ಅನ್ನಿಸುತ್ತದೆ.

ಇದಾದ ಕೆಲವು ದಿವಸಗಳ ನಂತರ ಆಕಸ್ಮಿಕವಾಗಿ ಅನಂತಮೂರ್ತಿಯವರು, ಕಥೆಗಾರ ಮತ್ತು ಪತ್ರಕರ್ತ ಜಿ.ಎಸ್. ಸದಾಶಿವ, ಡಿ.ಆರ್. ಹಾಗೂ ಕೃಷ್ಣ ಆಲನಹಳ್ಳಿ ಮುಂತಾದವರು ಸೇರಿದರು. ಸುಮಾರು ಏಳೆಂಟು ಗಂಟೆಗಳ ಕಾಲ ಗೋಪಾಲಕೃಷ್ಣ ಅಡಿಗರನ್ನು ಹಾಗೂ ಪುತಿನ ಅವರನ್ನು ಕೇಂದ್ರವಾಗಿಟ್ಟುಕೊಂಡು ಎಷ್ಟೊಂದು ಚರ್ಚೆಯಾಯಿತು. ಕೃಷ್ಣನಂತೂ ಪುತಿನ ಅವರ ಕವನಗಳನ್ನು ಎಷ್ಟು ಲೀಲಾಜಾಲವಾಗಿ ಪ್ರಸ್ತುತಪಡಿಸುತ್ತಿದ್ದ. ಸ್ವಲ್ಪ ಅಗ್ರೆಸಿವ್ ಆಗಿಯೇ ಪುತಿನ ಅವರು ಅಡಿಗರಿಗಿಂತ ಗ್ರೇಟ್ ಪೊಯೆಟ್ ಎಂದು ತನ್ನ ಮಾಮೂಲಿ ಅಂಡಾಗುಂಡಿಯಿಂದಲೇ ತರ್ಕಬದ್ಧವಾಗಿ ಮಂಡಿಸುತ್ತಿದ್ದ. ಮಧ್ಯೆ ಮಧ್ಯೆ ಸುಂದರವಾದ ದ್ರವವೂ ಇದ್ದುದರಿಂದ ಗಂಟಲಿಗೆ ಮತ್ತು ಮನಸ್ಸಿಗೆ ಆಯಾಸವಾಗುವ ಪರಿಸ್ಥಿತಿಯೇ ಇರಲಿಲ್ಲ. ಅನಂತಮೂರ್ತಿಯವರಿಗೆ ಹಾಗೂ ಕಿ.ರಂ. ಅವರಿಗೆ ಬೌದ್ಧಿಕ ತಾಳ್ಮೆಯಿದ್ದುದರಿಂದ ಚರ್ಚೆ ದಾರಿ ತಪ್ಪಲಿಲ್ಲ. ಅದೊಂದು ಎಂಥ ಸ್ಮರಣೀಯ ದಿನ. ಒಟ್ಟು ಮಾತನ್ನು ರೆಕಾರ್ಡ್ ಮಾಡಿಕೊಂಡು ದಾಖಲು ಮಾಡುವಂತಿದ್ದರೆ ಎಷ್ಟು ಚೆನ್ನಾಗಿರುತ್ತಿತ್ತು. ಈ ರೀತಿಯ ಚರ್ಚೆ ಮತ್ತು ಸಂವಾದಗಳು ಅವರ ಮನೆಯಲ್ಲಿ ಲೆಕ್ಕವಿಲ್ಲದಷ್ಟು ನಡೆದು ಹೋಗಿದೆ. ಮತ್ತೆರಡು ಕಾರಣಕ್ಕಾಗಿ ಈ ಮನೆ ನನ್ನ ಸ್ಮರಣೆಯಿಂದ ದೂರ ಸರಿಯುವುದೇ ಇಲ್ಲ. ಅದೊಂದು ದಿನ ಲಂಕೇಶ್ ಅವರು ತುಂಬ ಡಿಸ್ಟರ್ಬ್ ಮೂಡಿನಲ್ಲಿದ್ದರು. ಕೈಯಲ್ಲಿ ಕಾಸು ಬೇರೆ ಇರಲಿಲ್ಲ. ಮತ್ತೆ ಮತ್ತೆ ಇಂದಿರಮ್ಮನವರನ್ನು ಕೇಳುವುದಕ್ಕೆ ಧೈರ್ಯವಿರಲಿಲ್ಲ. ನನ್ನ ಎನ್.ಸಿ.ಸಿ. ಅಧ್ಯಾಪಕ ಗೆಳೆಯರೊಬ್ಬರು ದ್ರವದ ಬಾಟಲೊಂದನ್ನು ಅರ್ಪಿಸಿದ್ದರು. ಅದನ್ನು ಸವಿಯಲು ಕಿ.ರಂ. ಅವರ ಮನೆಗೆ ಅಬ್‌ರಪ್ಟಾಗಿ ಹೋದೆವು. ಜೊತೆಯಲ್ಲಿ 'ಗ್ರಹಣ' ಚಿತ್ರದ ನಿರ್ಮಾಪಕ ಕೋಡಳ್ಳಿ ಶಿವರಾಂ ಬೇರೆ ಇದ್ದರು. ಕಿ.ರಂ. ಅವರ ಮನೆಯ ಬಳಿ ಹೋಗಿ ಅವರಿದ್ದಾರೇನೋ ಎಂದು ನೋಡಲು ಮೇಲಕ್ಕೆ ಹೋದೆ. ಮನೆ ತುಂಬ ನೆಂಟರಿದ್ದರು. ಮೇಸ್ಟ್ರು ಬಂದ ವಿಷಯ ತಿಳಿಸಿದೆ. ವಿಜಯಮ್ಮನವರ ಸಮೇತ ಹೊರಗೆ ಬಂದರು. ಲಂಕೇಶ್ ಅವರು ಕೆಳಗಡೆಯೇ ನಿಂತಿದ್ದರು. ವಿಷಯ ತಿಳಿಸಿದೆ. ಹಾಗಾದರೆ ಬೇಡವೆಂದು ನಾವು ಹೊರಟೆವು. ಆದರೆ ಲಂಕೇಶ್ ಅವರು ಕಿ.ರಂ. ತಮ್ಮನ್ನು ಮೇಲಕ್ಕೆ ಬನ್ನಿ ಎಂದು ಕರೆಯಲಿಲ್ಲವಲ್ಲ ಎಂದು ತುಂಬ ಸೆನ್ಸಿಟೀವ್ ಆಗಿ ಹಚ್ಚಿಕೊಂಡಿದ್ದರು. ಕೊನೆಗೆ ಮಡಿವಾಳದ ಬಳಿಯ ನಮ್ಮ ಮನೆಗೆ ಹೋದೆವು. ಅದೊಂದು ಅದ್ಭುತ ಅನುಭವ. ಮತ್ತೊಂದು ಘಟನೆಯೆಂದರೆ: ನಾನು ಕಿ.ರಂ. ಅವರ ಜತೆಯಲ್ಲಿ ಮೊದಲನೆಯ ಬಾರಿಗೆ ಮಾತುಕತೆ ಬಿಟ್ಟಿದ್ದು. ಕ್ರಿಸ್ಟೋಫರ್ ಕಾಡ್‌ವೆಲ್‌ನ ಒಂದು ಪುಸ್ತಕವನ್ನು ಓದಲು ಕೊಟ್ಟಿದ್ದರು. ಅದನ್ನು ಹೇಳಿದ ಸಮಯಕ್ಕೆ

ಹಿಂದಿರುಗಿಸಲಾಗಲಿಲ್ಲ. ಅದಕ್ಕೆ ಯಾವುದೋ ಸಭೆಯಲ್ಲಿ ಭೇಟಿಯಾದಾಗ ಉಗ್ರವಾಗಿ ನಡಕೊಂಡಿದ್ದರು. ನಾನು ಬೇಸರದಿಂದ ಪ್ರತಿಭಟಿಸಿ ನಾಲ್ಕು ಸಾಲು ಬರೆದು ಪುಸ್ತಕದಲ್ಲಿಟ್ಟು ಅದನ್ನು ಕವರಿನಲ್ಲಿಟ್ಟು ಕಿಟಕಿಯಿಂದ ಒಳಗೆ ಹಾಕಿ ಬಂದಿದ್ದೆ. ಹಾಗೆ ಮಾಡಿದ ಮೇಲೆ ವಿಚಿತ್ರ ರೀತಿಯ ಹಿಂಸೆ ಮನಸ್ಸಿನಲ್ಲಿ ಬಾಧಿಸತೊಡಗಿತ್ತು. ಒಂದು ಕ್ಷಣ ಎಷ್ಟೋ ವರ್ಷಗಳ ಆತ್ಮೀಯವಾದ ಸಂಪರ್ಕ ಕಡಿದುಕೊಂಡೆನೇನೋ ಅನ್ನಿಸಿತ್ತು.

ಇದಾದ ಸುಮಾರು ಒಂದು ತಿಂಗಳ ನಂತರ ನಮ್ಮ ಮನೆಗೆ ಒಂದಷ್ಟು ಮಂದಿಯನ್ನು ಊಟಕ್ಕೆ ಕರೆದಿದ್ದೆ. ತುರ್ತುಪರಿಸ್ಥಿತಿಯಲ್ಲಿ ಬಂಧನಕ್ಕೊಳಗಾಗಿ ಹೊರಗೆ ಬಂದ ಮೇಲೆ. ಇಷ್ಟರೊಳಗೆ ನಾನು ಕಿ.ರಂ. ಅವರ ಬಳಿ ಜಗಳ ಕಾದಿರುವುದು ಲಂಕೇಶ್, ಡಿ.ಆರ್. ಹಾಗೂ ಸಿದ್ಧಲಿಂಗಯ್ಯನವರ ಕಿವಿಗೂ ಬಿದ್ದಿದೆ. ಅವರು ಸಿಕ್ಕಿದಾಗಲೆಲ್ಲ ತಮಾಷೆ ಮಾಡತೊಡಗಿದ್ದರು. ಅಂದು ಊಟಕ್ಕೆ ಇವರೆಲ್ಲರನ್ನು ಕರೆದಾಗ ಡಿ.ಆರ್. ಮತ್ತು ಕಾಳೇಗೌಡ ನಾಗವಾರ ಅವರು ಕಿ.ರಂ. ಅವರನ್ನು ಫೋನ್ ಮಾಡಿ ಕರೆಯಲು ಒತ್ತಾಯ ಮಾಡಿದರು. ಆಗಲಿ ಎಂದು ಫೋನ್ ಮಾಡಿದೆ. ಬರುತ್ತೇನೆಂದರು, ಬಂದರು. ಖುಷಿಯಾಯಿತು. ಇವರ ಜೊತೆಗೆ ಮಾರ್ಕ್ಸ್‌ವಾದಿ ಗೆಳೆಯ ಶಂಕರಲಿಂಗೇಗೌಡ ಹಾಗೂ ಚಲನಚಿತ್ರ ನಿರ್ದೇಶಕರಾದ ಕೆ.ಎಂ. ಶಂಕರಪ್ಪನವರೂ ಸೇರಿಕೊಂಡರು. ಹಂದಿ, ಕೋಳಿ ಹಾಗೂ ಮೀನಿನ ಸಾರು ಮಾಡಿಸಿದ್ದೆ. ಲಂಕೇಶ್ ಅವರು ಹಂದಿ ಮತ್ತು ಮೀನಿನ ಸಾರನ್ನು ತುಂಬ ಇಷ್ಟಪಡುತ್ತಿದ್ದರು. ಲಂಕೇಶ್ ಅವರು ಕಿ.ರಂ. ಅವರು ಬಂದ ತಕ್ಷಣ "ನಿಮ್ಮಿಬ್ಬರ ಲವ್ ಸರಿ ಹೋಯ್ತೇನ್ರೋ" ಎಂದರು. ಕಿ.ರಂ.ರವರು ನಗುತ್ತ "ಅವನ ಹತ್ತಿರ ಎಂಥ ಜಗಳ" ಅಂದಿದ್ದರು.

ಸುಮಾರು ಒಂದು ಗಂಟೆ ರಾಜಕೀಯ, ಸಾಹಿತ್ಯ ಇನ್ನೂ ಏನೇನೋ ಮಾತಾಡುತ್ತಾ ಊಟಕ್ಕೆ ಕೂತರು. ಡೈನಿಂಗ್ ಟೇಬಲ್ ಇರಲಿಲ್ಲ, ಕುರ್ಚಿಗಳು ಇರಲಿಲ್ಲ. ಎಲ್ಲರೂ ಪುಟ್ಟ ಮನೆಯ ಹಾಲ್‌ನಲ್ಲಿ ಕೆಳಗಡೆ ಕೂತರು. ಎಲ್ಲರೂ ಊಟ ಮಾಡುತ್ತಿದ್ದರು. ಇದ್ದಕ್ಕಿದ್ದಂತೆ ಡಿ.ಆರ್. ಎಲ್ಲರ ಮಧ್ಯೆ ವಾಂತಿ ಮಾಡತೊಡಗಿದ. ನಾಚಿಕೆಯಿಂದ ಎದ್ದು ಹೊರಗೆ ಪಕ್ಕದಲ್ಲಿಯೇ ಇದ್ದ ನಲ್ಲಿಯ ಬಳಿ ಹೋಗಿ ತನ್ನ ಪ್ಯಾಂಟು ಹಾಗೂ ಷರ್ಟನ್ನು ತೊಳೆಯತೊಡಗಿದ. ಲಂಕೇಶ್ ಅವರು ಎಲ್ಲರಿಗೂ "ಯಾರೂ ಎದ್ದೇಳಬೇಡಿ. ಅವನು ಬೇಸರ ಮಾಡಿಕೊಳ್ಳುತ್ತಾನೆ" ಎಂದು ಊಟ ಮಾಡಿಸಿದರು. ಡಿ.ಆರ್.ಗೆ ನನ್ನ ಶರ್ಟು ಕೊಟ್ಟೆ, ಅದನ್ನು ಹಾಕಿಕೊಂಡು ನಾಚಿಕೆಯ ಮುದ್ದೆಯಾಗಿ ಒಂದು ಮೂಲೆಯಲ್ಲಿ ಕೂತ. ಎಲ್ಲರೂ ತೊಟ್ಟಿಲಿನಲ್ಲಿದ್ದ ನನ್ನ ಪುಟ್ಟ ಅವಳಿ ಮಕ್ಕಳನ್ನು ನೋಡಿಕೊಂಡು ಹೊರಟರು. ಕಿ.ರಂ. ಹೊರಡುವಾಗ "ಮನೆಯ ಕಡೆ ಬಾ, ಇನ್ನೊಂದು ಸಾರಿ ಜಗಳ ಕಾಯೋದಿಕ್ಕೆ ಅವಕಾಶ ಇರಬೇಕು" ಎಂದರು. ಎಲ್ಲರೂ ನಕ್ಕು ಮುಂದೆ ನಡೆದರು.

ಈ ಘಟನೆಗಿಂತ ಮೊದಲು ಕಿ.ರಂ. ಅವರ ಮನೆಯಲ್ಲಿ ಒಂದು ಮುಖ್ಯ ಚರ್ಚೆ ನಡೆದಿತ್ತು. ಅದು ಕೆ.ಎಂ. ಶಂಕರಪ್ಪನವರು 'ಮಾಡಿ ಮಡಿದವರು' ಚಿತ್ರದ ಬಗ್ಗೆ. ಬಸವರಾಜ ಕಟ್ಟೀಮನಿಯವರ ಕಾದಂಬರಿಯನ್ನು ಆಧರಿಸಿ ತೆಗೆದ ಚಿತ್ರ. ಚಿತ್ರವೇನೋ ಚೆನ್ನಾಗಿ ನಡೆಯಲಿಲ್ಲ. ಅದರ ಬಗ್ಗೆ ಪತ್ರಿಕೆಗಳಲ್ಲಿ ವಿಮರ್ಶೆ ಅಷ್ಟು ಚೆನ್ನಾಗಿ ಬರಲಿಲ್ಲ. ಅದಕ್ಕೆ ಪ್ರತಿಭಟನೆಯೆನ್ನುವಂತೆ ಮತ್ತು ಶಂಕರಪ್ಪ ಅವರಿಗೆ ಜೀವ ತುಂಬಲು 'ಶೂದ್ರ' ಒಂದು ವಿಶೇಷಾಂಕವನ್ನು ತಂದೆವು. ಅದನ್ನು ಚಲನಚಿತ್ರದ ಗ್ರೇಟ್ ಮಾಸ್ಟರ್ ಇಟಲಿಯ ವಿಕ್ಟೋರಿಯಾ ಡಿಸಿಕಾಗೆ ಅರ್ಪಿಸಿದೆವು. ಡಿಸಿಕಾನ ಚಿತ್ರಗಳ ಬಗ್ಗೆ ಒಂದು ಟಿಪ್ಪಣಿಯನ್ನು ಪ್ರಕಟಿಸಿದ್ದೆವು. ಅವನ 'ಬೈಸಿಕಲ್ ಥೀವ್ಸ್' ಸಾರ್ವಕಾಲಿಕ ಮಹತ್ವಪೂರ್ಣ ಚಿತ್ರ. ಕಿ.ರಂ. ಈ 'ಶೂದ್ರ' ಸಂಚಿಕೆಗೆ ಎಷ್ಟು ಕೆಲಸ ಮಾಡಿದರು. ನಾವೆಲ್ಲ ತೊಡಗಲು ಕೆ.ಎಂ. ಶಂಕರಪ್ಪನವರು ಪೂನಾ ಫಿಲಂ ಇನ್ಸ್ಟಿಟ್ಯೂಟ್‌ನ ಡಿಪ್ಲೊಮ ಸರ್ಟಿಫಿಕೇಟ್‌ಗೆ ಸಿದ್ಧಪಡಿಸಿದ 'ವಾಟರ್ ಇನ್ ದಿ ಟ್ಯಾಪ್' (ಕೆ. ಸದಾಶಿವ ಅವರ 'ನಲ್ಲಿಯಲ್ಲಿ ನೀರು ಬಂತು' ಕಥೆಯನ್ನು ಆಧರಿಸಿ ತೆಗೆದ ಚಿತ್ರ) ಚಿತ್ರ ನಮ್ಮ ಮೇಲೆ ತುಂಬ ಪ್ರಭಾವ ಬೀರಿತ್ತು. ನಮ್ಮೆಲ್ಲರ ಆಸೆ ಇದ್ದದ್ದು ಚಲನಚಿತ್ರ ಟ್ರ್ಯಾಕ್‌ಗೆ ಅಗ್ರೆಸಿವ್ ಆಗಿ ಶಂಕರಪ್ಪ ಪ್ರವೇಶ ಮಾಡಲಿ ಎಂದು. ಆದರೆ ಅವರು ಝೆನ್ ಮಾಸ್ಟರ್ಸ್ ಹಾಗೂ ಬೌದ್ಧ ಧರ್ಮದ ಓದಿನಲ್ಲಿ ಕರಗಿ ಹೋದರು.

ಕಿ.ರಂ. ಅವರು ಡಿ.ವಿ.ಜಿ. ರಸ್ತೆಯ ತಮ್ಮ ಮನೆಗೆ ಬಂದರು. ನಾನೂ ನನ್ನ ನೆನಪುಗಳನ್ನು ಗಂಟುಮೂಟೆ ಕಟ್ಟಿಕೊಂಡು ಅಲ್ಲಿಗೆ ಹೋದೆ. ಈ ಮಧ್ಯೆ ಲಂಕೇಶ್ ಅವರು ಪತ್ರಿಕೆ ತಂದರು. ಅವರ ಆರ್ಥಿಕ ಪರಿಸ್ಥಿತಿ ಸುಧಾರಿಸಿತು. ಆದರೆ ಒಂದಂತು ಸತ್ಯ: ಲಂಕೇಶ್ ಅವರ ಕಷ್ಟದ ದಿನಗಳಲ್ಲಿ ಕಿ.ರಂ. ಅವರು ತಮ್ಮ ಸಂಬಳದ ಮೇಲೆ ಸಾಲ ಕೊಡಿಸಿದ್ದರು. ಆ ಸಾಲದ ಕಂತುಗಳನ್ನು ಲಂಕೇಶ್ ಅವರಿಂದ ಪಡೆಯಲು ಎಷ್ಟು ಹಿಂಸೆ ಅನುಭವಿಸಿದರು. ಸಂಕೋಚದಿಂದ ಕೇಳಲಾರದೆ ನಿಲ್ಲುತ್ತಿದ್ದರು. ಒಂದು ದೃಷ್ಟಿಯಿಂದ ಆ ದಿನಗಳು ಲಂಕೇಶ್ ಅವರಿಗೆ ಹಿಂಸಾದಾಯಕವಾಗಿಯೇ ಇತ್ತು. ಹಾಗೆ ನೋಡಿದರೆ ಕಿ.ರಂ. ಅವರು ಅವರಿವರಿಗೆ ತಿನ್ನಿಸಿರುವ ಬೇರೆ ಯಾರ್‍ಯಾರಿಗೋ ಏನೇನೋ ಕೊಡಿಸಿದ್ದಾರೆ. ಅದು ತಮ್ಮ ಕರ್ತವ್ಯ ಎಂದು ತಿಳಿದಿದ್ದಾರೆ. ತಮ್ಮ ಅರಿವು ಹಾಗೂ ಜ್ಞಾನವನ್ನು ಧಾರೆಯೆರೆದಂತೆ ದುಡಿಮೆಯ ಬಹುಭಾಗವನ್ನು ಪಾತ್ರರಿಗೆ, ಅಪಾತ್ರರಿಗೆ ಹಂಚಿದ್ದಾರೆ. ಇವರ ಲೋಕದ ಕುಟುಂಬದ ಸದಸ್ಯರೇ ಬೇರೆ. ಜಗತ್ತಿನ ಮಹಾನ್ ಲೇಖಕರ ಭಾರತೀಯ ಸಂದರ್ಭದ ಬಹುಮುಖ್ಯ ಲೇಖಕರ ಜೀವನ ಒಳನೋಟಗಳನ್ನು ಓದಿರುತ್ತೇವೆ, ಕೇಳಿರುತ್ತೇವೆ. ಎಷ್ಟೋ ಬಾರಿ ನನಗೆ ನಾನೇ ಕೇಳಿಕೊಂಡಾಗ ಅವರೆಲ್ಲರ ಮೊತ್ತವಾಗಿ ಕಿ.ರಂ. ಕಾಣಿಸುತ್ತಿರುತ್ತಾರೆ. ಈ ಮಾತನ್ನು ಒಂದು ಸ್ವಗತವಾಗಿ ನೋಡುತ್ತಿದ್ದೇನೆ. ನಮ್ಮ ನಮ್ಮ ನೀಚತನ ಹಾಗೂ ಹಿಪೋಕ್ರಸಿಗಳ ಮಧ್ಯೆ ಪುಟ್ಟ ಮಗುವಿನಂತೆಯೋ ಅಥವಾ ಜೀವನದ ವೈಪರೀತ್ಯಗಳನ್ನು ಪೂರ್ಣ

ಕಂಡ ಒಬ್ಬ ಮಹಾನುಭಾವನ ರೀತಿಯಲ್ಲಿ ಕಾಣುತ್ತಿರುತ್ತಾರೆ. ಇದನ್ನು ಹುಂಬತನದಿಂದ ಹೇಳುತ್ತಿಲ್ಲ. ಅವರ ಹೆಚ್ಚುಗಾರಿಕೆ ಹಾಗೂ ದೌರ್ಬಲ್ಯಗಳನ್ನು ಈ ನಾಲ್ಕು ದಶಕಗಳ ಅವಧಿಯಲ್ಲಿ ಕಂಡಿದ್ದೇನೆ. ಆ ದೌರ್ಬಲ್ಯಗಳೂ ಸಹ ಬದುಕಿನ ಹೆಚ್ಚುಗಾರಿಕೆಗೆ ಪೂರಕವಾಗಿಯೇ ಕೆಲಸ ಮಾಡಿರುತ್ತದೆ. ಕರ್ನಾಟಕದ ಉದ್ದಗಲಕ್ಕೂ ಬಹುಪಾಲು ಮಂದಿಗೆ ಗೊತ್ತು ಕಿ.ರಂ. ಅವರ ಅಗಾಧವಾದ ಶಕ್ತಿ ಏನು ಎಂದು. ಆದರೆ ಯಾರೂ ನಿಮ್ಮ ಹುಚ್ಚತನಗಳಿಗೆ ಪೂರಕವಾಗಿ ಒಂದು ಸಂಸ್ಥೆಯನ್ನು ಕಟ್ಟಿ ಎಂದು ಅವರನ್ನು ಕಟ್ಟಾಕಿ ಕೂರಿಸುವುದಿಲ್ಲ. ಕೇವಲ ಬಿಡಿಬಿಡಿಯಾಗಿ ನೋಡುತ್ತ ಆನಂದಪಡುತ್ತೇವೆ. ವೈಯಕ್ತಿಕವಾಗಿ ರಿಲ್ಯಾಕ್ಸ್ ಆಗಿ ಮನೆಗೆ ಹೋಗಿ ಬೆಚ್ಚಗೆ ಮಲಗಿಬಿಡುತ್ತೇವೆ. ಇಲ್ಲವೇ ನಾನಾ ಗಂಜಲ ಗೋಳುಗಳಲ್ಲಿ ಮರೆತುಬಿಡುತ್ತೇವೆ. ಈ ಮಾತನ್ನು ಅಥವಾ ಇಲ್ಲಿಯ ವಾಕ್ಯಗಳನ್ನು ಕಿ.ರಂ. ಅವರ ಬಗ್ಗೆ 'ಕನಸಿಗೊಂದು ಕಣ್ಣು'ವಿನಲ್ಲಿ ಬರೆಯುತ್ತಿದ್ದೇನೆ. ಅದಕ್ಕಾಗಿ ಶೋಧಿಸಿ ಈ ರೀತಿ ಬರೆಯುತ್ತಿದ್ದೇನೆ ಎಂದು ಯಾರೂ ತಿಳಿಯಬಾರದು. ತಿಳಿದರೂ ಚಿಂತೆಯಿಲ್ಲ. ಒಂದು ದೃಷ್ಟಿಯಿಂದ 'ಶೂದ್ರ' ಪ್ರಾರಂಭವಾದಾಗಲಿಂದಲೂ ಸಂದರ್ಭ ಸಿಕ್ಕಿದಾಗಲೆಲ್ಲ ಅವರನ್ನು ಕುರಿತು ಏನೇನೋ ಬರೆದಿದ್ದೀನೆ. ಈಗ ಆ ಎಲ್ಲ ವಾಕ್ಯಗಳನ್ನೆಲ್ಲ ಒಂದೆಡೆ ಸೇರಿಸಿ ಒಂದು ಬೃಹತ್ ಆಕಾರ ಹೇಗಿರಬಹುದೆಂದು ನಾನೇ ಪರಿಭಾವಿಸಿಕೊಳ್ಳಲು ಪ್ರಯತ್ನಿಸುತ್ತಿರುವೆ.

ಕೆಲವು ವರ್ಷಗಳ ಹಿಂದೆ ಕೆ.ವಿ.ಸುಬ್ಬಣ್ಣನವರು ಮಾಮೂಲಿಯಾಗಿ ಬೆಂಗಳೂರಿನ ಪೈ ವಿಹಾರದಲ್ಲಿ ಉಳಕೊಂಡಿದ್ದರು. ಅವರನ್ನು ನೋಡಲು ಹೋದೆ. ಏನೇನೋ ಮಾತಾಡುತ್ತಿರುವಾಗ "ಶೂದ್ರ, ಡಿ.ಆರ್. ಹೋದ ಮೇಲೆ ಆ ಜಾಗವನ್ನು ತುಂಬುವವರೇ ಸಿಗುತ್ತಿಲ್ಲ" ಎಂದಿದ್ದರು. ಆಗ ನಾನು ಕಿ.ರಂ. ಅವರ ಹೆಸರನ್ನು ಸೂಚಿಸಿದೆ. "ಒಪ್ಪಿಕೊಳ್ಳುತ್ತಾರಾ?" ಎಂದು ಕೇಳಿದ್ದರು. "ದಯವಿಟ್ಟು ಪ್ರಯತ್ನಿಸಿ, ಜ್ಞಾನ ಕೇಂದ್ರಗಳು ಎಲ್ಲಿದ್ದರೂ ಅಲ್ಲಿ ಚಾಪೆಹಾಸಿಕೊಂಡು ಕೂತು ಎಲ್ಲರೂ ಕೂತು ಕೇಳುವಂತೆ ಮಾಡಬಲ್ಲರು" ಎಂದಿದ್ದೆ. ಸುಬ್ಬಣ್ಣನವರು ಊರಿಗೆ ಹೋದಾಕ್ಷಣ ಆ ಕೆಲಸ ಮಾಡಿದರು. ನಂತರ ಒಂದು ಪತ್ರ ಬರೆದರು. "ಶೂದ್ರ, ನೀವು ಕಿ.ರಂ. ಅವರನ್ನು ಸೂಚಿಸಿದ್ದು ಒಳ್ಳೆಯದಾಯಿತು. ಇಲ್ಲಿಯವರೆಗೂ ಅವರನ್ನು ಬಳಸಿಕೊಳ್ಳಲಿಲ್ಲವಲ್ಲ ಎಂಬ ವಿಷಾದ ಕಾಡುತ್ತಿದೆ" ಎಂದು. (ಈ ಮಾತನ್ನು ಸುಬ್ಬಣ್ಣನವರನ್ನು ಕುರಿತ ಲೇಖನದಲ್ಲಿ ಹಿಂದೆಯೇ ಪ್ರಸ್ತಾಪಿಸಿರುವೆ) ಅಂದು ಪೈ ವಿಹಾರದಲ್ಲಿ ನಾವು ಮಾತಾಡುವಾಗ. ಕೆಲವು ವರ್ಷಗಳ ಹಿಂದೆ (ಈ ಕೆಲವು ವರ್ಷ ಎಂದು ಹೇಳುವುದು ಎಷ್ಟು ವಿಚಿತ್ರವಾಗಿರುತ್ತದೆ) ಸುಬ್ಬಣ್ಣನವರ ಸಮ್ಮುಖದಲ್ಲಿ ಡಿ.ಆರ್. ನಾಗರಾಜ್, ಕಿ.ರಂ. ನಾಗರಾಜ್ ಹಾಗೂ ಕಷ್ಣ ಆಲನಹಳ್ಳಿ ಎಷ್ಟೊಂದು ವಾಗ್ವಾದಗಳನ್ನು ನಡೆಸಿದ್ದರು. ಕೃಷ್ಣನಂತೂ ಸೋಲುವ ಸಮಯದಲ್ಲಿ ಜಗಳಗಂಟ

ಆಗಿಬಿಡುತ್ತಿದ್ದ. "ಈ ಶೂದ್ರರಿಗೆ, ಬ್ರಾಹ್ಮಣರಿಗೆ ಬುದ್ಧಿ ಬರೋದಿಲ್ಲ ಕಂತ್ರಿಗಳು, ಸುಬ್ಬಣ್ಣನವರೇ ದಯವಿಟ್ಟು ತಪ್ಪು ತಿಳಿಯಬೇಡಿ" ಎಂದು ಷರಾ ಎಳೆದುಬಿಡುತ್ತಿದ್ದ.

ಕೃಷ್ಣ ತನ್ನ ಬದುಕಿನಲ್ಲಿ ಬರವಣಿಗೆಯಲ್ಲಿ ಎಂತೆಂಥ ವೈವಿಧ್ಯಮಯವಾದ ಬರಹಗಳನ್ನು ತುಂಬಿಕೊಂಡಿದ್ದ ಎಂಬುದು ನೆನಪು ಮಾಡಿಕೊಂಡಾಗಲೆಲ್ಲ ಖುಷಿಯಾಗುತ್ತದೆ. ಕಿ.ರಂ. ಅವರ ಮನೆಯಲ್ಲಿ ಬಿಳಿಗಿರಿಯವರ ಜೊತೆಯಲ್ಲಿ ಏನೇನೋ ಚರ್ಚೆ ನಡೆದಿದೆ. ಬಿಳಿಗಿರಿಯವರು ತುಂಬ ಸೂಕ್ಷ್ಮ ಹಾಗೂ ಚುರುಕಿನ ವ್ಯಕ್ತಿ. ಇಂಥವರೂ ತಮ್ಮ ಶ್ರೀಮತಿಯವರು ನಿಧನರಾದ ಮೇಲೆ ಮಾನಸಿಕವಾಗಿ ದುರ್ಬಲರಾಗಿಬಿಟ್ಟಿದ್ದರು. ಬಿಳಗಿರಿಯವರ ಶ್ರೀಮತಿಯವರು ಉತ್ತಮ ವೀಣೆಯ ಕಲಾವಿದರಾಗಿದ್ದರು. ಅವರ ಒಂದು ಕ್ಯಾಸೆಟ್ಟನ್ನು ಭಾವನಾತ್ಮಕವಾಗಿ ಮಾತಾಡಿ ನನಗೆ ಕೊಟ್ಟಿದ್ದರು. ಆಗ ಕಿ.ರಂ.ರವರ ಪಕ್ಕ ವಿಜಯಲಕ್ಷ್ಮಿ ಮೇಡಂರವರು ಪೆಚ್ಚಾಗಿ ಕೂತಿದ್ದರು. ವಿಜಯಲಕ್ಷ್ಮಿ ಮೇಡಂ ಅವರಂತೂ ನಿಧನರಾಗುವುದಕ್ಕೆ ಮೂರು ನಾಲ್ಕು ವರ್ಷ ಹಿಂದೆ ಕಾವ್ಯದ ಅನುವಾದವನ್ನು ಅತ್ಯಂತ ಗಂಭೀರವಾಗಿ ತೆಗೆದುಕೊಂಡಿದ್ದರು.

ಮತ್ತೊಂದು ಮಹತ್ವಪೂರ್ಣ ಸಂಗತಿಯೆಂದರೆ ಅಡಿಗರು ಲಂಕೇಶ್ ಅವರನ್ನ ನೋಡಬೇಕೆಂದು ಬಯಸಿದ್ದು; ಹಾಗೆಯೇ ಲಂಕೇಶ್ ಅವರು. ಯಾಕೆಂದರೆ ಇವರಿಬ್ಬರ ನಡುವೆ ಎಷ್ಟೋ ವರ್ಷಗಳಿಂದ ಮಾತುಕತೆಯೇ ಇರಲಿಲ್ಲ. ಕೊನೆಗೊಂದು ದಿವಸ ಕಿ.ರಂ. ಮತ್ತು ನಾನು ಲಂಕೇಶ್ ಅವರನ್ನು ಕರೆದುಕೊಂಡು ಅಡಿಗರ ಮನೆಗೆ ಹೋದೆವು. ಅಡಿಗರು ತಮ್ಮ ಮಾಮೂಲಿ ಉತ್ಸಾಹದಿಂದಲೇ ಲಂಕೇಶ್ ಅವರನ್ನು ಬರಮಾಡಿಕೊಂಡರು. ಹೆಂಡತಿಯನ್ನು ಕರೆದು "ಯಾರು ಬಂದಿದ್ದಾರೆ ನೋಡು" ಎಂದರು ಸಂಭ್ರಮದಿಂದ. ಇದನ್ನು ಲಂಕೇಶ್ ಅವರು ಎಷ್ಟೋ ದಿವಸ ಭಾವನಾತ್ಮಕವಾಗಿ ನೆನಪು ಮಾಡಿಕೊಳ್ಳತ್ತಿದ್ದರು. ಒಳ್ಳೆಯ ಕಾಫೀ ಕೊಟ್ಟರು. ಇಬ್ಬರೂ ಸಿಗರೇಟು ಬಿಟ್ಟಿದ್ದರ ಬಗ್ಗೆ ಪರಸ್ಪರ ಸಮಾಲೋಚನೆ ನಡೆಸಿದರು. ಹೀಗೆ ಮಾತುಕತೆಯ ನಡುವೆ ಅಡಿಗರು "ಲಂಕೇಶ್ ನಮಗ್ಯಾರಿಗೂ ಈ ಹೊಟ್ಟೆಯ ಬಗ್ಗೆ ಕರುಣೇನೆ ಇಲ್ಲವಲ್ಲ. ನಾವು ಏನೇನೋ ಹೊಟ್ಟೆಯೊಳಗೆ ಬಿಸಾಕುತ್ತೇವೆ. ಆದರೆ ಅದು ಬೇಕಾದ್ದನ್ನುಳಿಸಿಕೊಂಡು ಬೇಡವಾದದ್ದನ್ನು ಎಸೆದು ಹೇಗೆ ನಮ್ಮನ್ನು ಕಾಪಾಡುತ್ತದೆ" ಎಂದಿದ್ದರು. ಲಂಕೇಶ್‌ಅವರು ಅಂದು ತುಂಬ ಭಾವುಕರಾಗಿದ್ದರು. ಎಷ್ಟೋ ದಿವಸ ತುಂಬ ಸೆನ್ಸಿಟೀವ್ ಆಗಿ ಇದನ್ನು ತಗೊಂಡಿದ್ದರು. ನಾನಂತೂ ಸಮಯ ಸಿಕ್ಕಿದಾಗಲೆಲ್ಲ ಸಂದರ್ಭಕ್ಕೆ ಅನುಗುಣವಾಗಿ ಅಡಿಗರ ಈ ವೇದವಾಕ್ಯವನ್ನು ಪ್ರಸ್ತಾಪಿಸುತ್ತಲೇ ಬಂದಿರುವೆ. ಲಂಕೇಶ್‌ಅವರಂತೂ ತುಂಬ ಗಂಭೀರವಾಗಿಯೋ ಯಾಕೆ ತೆಗೆದುಕೊಂಡಿದ್ದರೆಂದರೆ: ಅವರು ನಾನಾ ರೀತಿಯ ಪ್ರಯೋಗಗಳ ಮೂಲಕ ಹೊಟ್ಟೆಯನ್ನು ಕುಲಗೆಡಿಸಿಕೊಂಡಿದ್ದರು. ಸುಮಾರು ಒಂದೂವರೆ ಗಂಟೆ ಸ್ಮರಣೀಯ ಸಂಜೆಯನ್ನು ಅಡಿಗರ ಮನೆಯಲ್ಲಿ ಕಳೆದು ಬಂದಿದ್ದೆವು.

ಇದಾದ ನಂತರ ಅಡಿಗರು ಚಾರಿತ್ರಿಕ ಜಾಗೃತ ಸಾಹಿತ್ಯ ಸಮಾವೇಶದಲ್ಲಿ ಭಾಗವಹಿಸಿ ಅದನ್ನು ಉದ್ಘಾಟಿಸಿದ್ದರು. ಡಾ॥ ಅನುಪಮ ಅಂಥವರು ಹಾ.ಮಾ. ನಾಯಕರ ಪಾಳೆಯವನ್ನ ಬಿಟ್ಟು ಇಲ್ಲಿ ಬಂದು ಭಾಗವಹಿಸಿದ್ದರು. ಈ ಸಮಾವೇಶವಂತೂ ನನ್ನ ಬದುಕಿನಲ್ಲಿ ಅತ್ಯಂತ ಮಾರ್ಮಿಕವಾದದ್ದು. ಡಿ.ಆರ್., ಕಿ.ರಂ. ಮತ್ತು ನಾನು ಇದಕ್ಕೆ ಸಂಚಾಲಕರಾಗಿದ್ದೆವು. ಕರ್ನಾಟಕದ ಉದ್ದಗಲದಿಂದ ಗಂಭೀರ ಲೇಖಕರು, ಚಿಂತಕರು, ಹಾಗೂ ಅಭಿಮಾನಿಗಳು ಬೆಂಗಳೂರಿನ ರವೀಂದ್ರ ಕಲಾಕ್ಷೇತ್ರದ ಆವರಣದಲ್ಲಿ ಸಂಭ್ರಮದಿಂದ ಭಾಗವಹಿಸಿದರು. ಹೊರನಾಡುಗಳಿಂದ ಸ್ವಂತ ಖರ್ಚಿನಲ್ಲಿ ಬಂದು ಸಮಾವೇಶಕ್ಕೆ ಒತ್ತಾಯಮಾಡಿ ಹಣವನ್ನು ಕೈಯಲ್ಲಿಟ್ಟು ಹೋದರು. ಶ್ರೀನಿವಾಸರಾಜು ಅವರು ಇದರ ಖಜಾಂಚಿಯಾಗಿದ್ದರು. ಮುಂದೆ ಜಾಗೃತ ವೇದಿಕೆಯನ್ನು ಮುಂದುವರೆಸಿಕೊಂಡು ಹೋಗಲು ಒಂದು ಪುಟ್ಟ ಸಮಿತಿಯನ್ನು ಲಂಕೇಶ್, ಡಿ.ಆರ್. ಹಾಗೂ ಶಾಂತಿನಾಥ ದೇಸಾಯಿಯವರು ರೂಪಿಸಿದರು. ಅದರ ಅಧ್ಯಕ್ಷರಾಗಿ ಅನಂತಮೂರ್ತಿಯವರು, ಸಂಚಾಲಕರಾಗಿ ಕಿ.ರಂ. ಅವರು ಮತ್ತು ನಾನು. ಅದರ ನಾಲ್ಕು ಪುಟಗಳ ಧ್ಯೇಯೋದ್ದೇಶಗಳನ್ನು ಲಂಕೇಶ್ ಅವರೇ ಪ್ರಿಂಟ್ ಮಾಡಿಸಿದ್ದರು. ಈಗಲೂ ಅದರ ಪ್ರತಿಯನ್ನು ನೋಡಿದರೆ ವಿಷಾದ ತುಂಬಿಕೊಳ್ಳುತ್ತದೆ.

ವ್ಯವಸ್ಥೆಯ ವಿರುದ್ಧ ಏನೇ ರೂಪಿಸಿದರೂ ಕಿ.ರಂ. ಹಾಗೂ ಡಿ.ಆರ್.ಗೆ ಎಲ್ಲಿಲ್ಲದ ಉತ್ಸಾಹ ತುಂಬಿ ಬಂದುಬಿಡುತ್ತಿದ್ದರು. ಅದೇ ರೀತಿಯಲ್ಲಿ ಶೂದ್ರದ ಹದಿನೈದನೇ ವರ್ಷದ ಕಾರ್ಯಕ್ರಮವನ್ನು ಕಾವ್ಯೋತ್ಸವದ ರೀತಿಯಲ್ಲಿ ರೂಪಿಸಿದರು. ನಮ್ಮ ಸಾಂಸ್ಕೃತಿಕ ಲೋಕದ ಮುಖ್ಯಸ್ಥರೆಲ್ಲ ಭಾಗವಹಿಸುವಂತೆ ನೋಡಿಕೊಂಡರು. ಉಸ್ತಾದ್ ಬಾಲೇಖಾನ್ ಅವರ ಸಂಗೀತ, ಅವರಿಗೆ ಶಂಕರ ಮೊಕಾಶಿ ಪುಣೇಕರ್ ಅವರ ಪ್ರಾಸ್ತಾವಿಕ ಮಾತು. ಲಂಕೇಶ್ ಅವರು ಪತ್ರಿಕೋದ್ಯಮದ ಬರವಣಿಗೆಯಿಂದ ಮತ್ತೆ ಸಾಹಿತ್ಯಕ್ಕೆ ಬರುವಂತೆ ಮಾಡಿದ ಉತ್ಸಾಹ. ಲಂಕೇಶ್ ಅವರು ಕವಿ ಗೋಷ್ಠಿಯಲ್ಲಿ ತಮ್ಮ ಹೆಸರಿಲ್ಲದಿದ್ದರೂ ಕಿ.ರಂ. ಡಿ.ಆರ್. ಮತ್ತು ಟಿ.ಎನ್. ಸೀತಾರಾಂ ಅವರನ್ನು ಕೇಳಿಕೊಂಡು 'ಅವ್ವ–2' ಕವನವನ್ನು ಹೊಸದಾಗಿ ರಚಿಸಿಕೊಂಡು ಬಂದು ಓದಿದರು. ಹಾಗೆಯೇ ಎಷ್ಟೋ ವರ್ಷಗಳಿಂದ ಹಿಂದೆ ನೋಡಿದ 'ತೆರೆಗಳು' ನಾಟಕದ ಅದ್ಭುತ ಪ್ರಯೋಗವನ್ನು ನೋಡುವಂತಾಯಿತು. ಕೆ.ವಿ. ನಾರಾಯಣ, ಟಿ.ಎನ್. ಸೀತಾರಾಂ, ಹರಿಕೃಷ್ಣ. ಆರ್. ನಾಗೇಶ್ ಹಾಗೂ ಕ.ವೆಂ. ರಾಜಗೋಪಾಲ್ ಅವರು ನಾಟಕಕ್ಕೆ ಕಳೆಯನ್ನು ತಂದುಕೊಟ್ಟರು, ಕವಿ, ಲೇಖಕ ಹಾಗೂ ಹಿರಿಯ ಐ.ಪಿ.ಎಸ್. ಅಧಿಕಾರಿಯಾದ ಅಜಯ ಕುಮಾರ ಸಿಂಗ್‌ರವರು ಇಬ್ಬರು ಮುಖ್ಯ ಹಿಂದಿ ಲೇಖಕರನ್ನು ದೆಹಲಿಯಿಂದ ಬರುವಂತೆ ವ್ಯವಸ್ಥೆ ಮಾಡಿದ್ದರು. ಜಾಗೃತ ಸಮಾವೇಶ ಹಾಗೂ ಮೇಲಿನ ಕಾರ್ಯಕ್ರಮಕ್ಕೆ ಕಪ್ಪಣ್ಣ ಜಿ. ಶ್ರೀನಿವಾಸ ಅವರನ್ನು

ಅದ್ಭುತವಾಗಿ ತೊಡಗಿಸಿದ್ದರು. ಎಲ್ಲದರಲ್ಲೂ ಸಲ್ಲುತ್ತ 'ಮಾಡ್ರಯ್ಯ, ಮಾಡ್ರಯ್ಯ' ಎಂದು ಕಿ.ರಂ. ಅವರು ಕಾವ್ಯಾಸಕ್ತರನ್ನು, ಅಭಿಮಾನಿಗಳನ್ನು ಒಳಗೊಳ್ಳುವ ಕ್ರಮವೇ ಅಪೂರ್ವವಾದದ್ದು.

'ಕಾವ್ಯ ಮತ್ತು ಅನುಭಾವ ಪರಂಪರೆ' ಎಂಬ ವಿಷಯದಡಿಯಲ್ಲಿ 'ಶೂದ್ರ ಮತ್ತು ಬೋಧಿವೃಕ್ಷದ' ಮೂಲಕ ನಮ್ಮ 'ಕೋಟೆಮನೆ'ಯಲ್ಲಿ ಎರಡು ದಿವಸ ನಡೆಸಿಕೊಟ್ಟ ಸಂವಾದವನ್ನು ಹೇಗೆ ಮರೆಯಲಿ. ಕರ್ನಾಟಕದ ಬೇರೆ ಬೇರೆ ಕಡೆಯಿಂದ ನಲವತ್ತು ಮಂದಿ ಲೇಖಕರು ಭಾಗವಹಿಸಿದ್ದರು. ಕೆಲವರು ರಾತ್ರಿಯೆಲ್ಲ ಮಲಗದೆ ಕುಮಾರವ್ಯಾಸ ತಮ್ಮ ಮುಂದೆ ಬಂದು ಕೂರುವಂತೆ ಕಿ.ರಂ. ಅವರನ್ನು ತೊಡಗಿಸಿಕೊಂಡಿದ್ದರು. ಊಟ, ನಿದ್ದೆಯನ್ನು ಮರೆತು ಈ ವಿಶೇಷ ವಾಚನದಲ್ಲಿ ಭಾಗಿಯಾಗಿದ್ದರು. ಸಂವಾದದಲ್ಲಿ ಹಿರಿಯ ಕಿರಿಯ ಕವಿಗಳನ್ನು ತೊಡಗಿಸಿಕೊಂಡದ್ದು ಅಪರೂಪವಾಗಿತ್ತು. ಇಂಥವರು ಹಂಪಿ ಕನ್ನಡ ವಿಶ್ವವಿದ್ಯಾಲಯಕ್ಕೆ ಹೋದಾಗ ನಮಗೆ ಪಿಚ್ಚೆನ್ನಿಸಿತ್ತು. ವಾಪಸ್ಸು ಬಂದಾಗ ಖುಷಿಯಾಗಿತ್ತು.

ಅರಿವಿನ ಚೌಕಟ್ಟಿನಲ್ಲಿ ಯಾವುದೂ ಪರಕೀಯವಲ್ಲ. ಎಲ್ಲವೂ ಜ್ಞಾನ ಕೇಂದ್ರಗಳೇ. ಅನುಭವ ಗಮ್ಯವಾದದ್ದೇ. ಬುಟ್ಟಿಹೆಣೆಯುವ, ನೇಯ್ಗೆಯ, ಕ್ರಿಕೆಟ್, ಫುಟ್‌ಬಾಲ್ ಮತ್ತು ಚದುರಂಗದಾಟದ ಮಹಾನ್ ಸಂಗತಿಗಳೆಲ್ಲ ಕಿ.ರಂ. ಅವರ ಮನಸ್ಸಿನ ಬತ್ತಳಿಕೆಯಲ್ಲಿ ತುಂಬಿರುತ್ತವೆ. ಅಷ್ಟೇ ಅಲ್ಲ ಅದಕ್ಕೆ ಸಂಬಂಧಿಸಿದ ಕೃತಿಗಳೂ ಕೂಡ ಇವರ ಸಾಹಿತ್ಯ ಕೃತಿಗಳ ನಡುವೆ ಓದಿಸಿಕೊಂಡು ಬೆಚ್ಚನೆ ಮಲಗಿರುತ್ತವೆ. ಫುಟ್‌ಬಾಲ್ ಲೋಕದ ಮಾಂತ್ರಿಕ ಆಟಗಾರ ಪೀಲೆಯ ಅಪರೂಪದ ಚಿತ್ರವನ್ನು ಎಷ್ಟೋ ವರ್ಷಗಳ ಹಿಂದೆ ಕೊಟ್ಟಿದ್ದರು. ಅದನ್ನು ಮತ್ತೆ ಮತ್ತೆ ನೋಡುತ್ತ ಬಾಲ್ಯಕಾಲದ ಫುಟ್‌ಬಾಲ್ ಆಟವನ್ನು ನೆನಪು ಮಾಡಿಕೊಳ್ಳುತ್ತ ಗಾಯ ವಾಸಿಯಾಗದಂತೆ ಆಟದಲ್ಲಿ ತಲ್ಲೀನರಾಗುತ್ತಿದ್ದ ದಿನಗಳನ್ನು ಅಪ್ಪಿಕೊಂಡಿದ್ದೇನೆ. 1986ರಲ್ಲಿ ಕಲಕತ್ತೆಯಲ್ಲಿ ನಲವತ್ತು ದಿವಸವಿದ್ದಾಗ ಕಿ.ರಂ. ಅವರು ಸೂಚಿಸಿದ ಸ್ಥಳಗಳ ಜೊತೆಗೆ ಫುಟ್‌ಬಾಲ್ ಆಟದ ಸಂಭ್ರಮವನ್ನು ಹಾಗೂ ಕಾಲೇಜ್ ಸ್ಟ್ರೀಟನ್ನು ಮರೆಯಲು ಸಾಧ್ಯವಾಗಲಿಲ್ಲ. ಅಲ್ಲಿ ಕಂಡ ಬಹಳಷ್ಟು ಬಂಗಾಲಿ ಬಾಬುಗಳಲ್ಲಿ ಕಿ.ರಂ. ಅವರ ನೋಟವನ್ನು ಹಾಗೂ ನಡಿಗೆಯನ್ನು ಹುಡುಕಿದ್ದೇನೆ. ಒಂದೊಂದು ಹಳೆಯ ಪುಸ್ತಕವನ್ನು ಹಾಗೂ ನಾನಾ ರೀತಿಯ ಗುಜರಿ ಮಾಲುಗಳನ್ನು ಕೈಗೆ ತೆಗೆದುಕೊಂಡಾಗ ಅವು ಕನ್ನಡಿಗಳಾಗಿ ಅವುಗಳಲ್ಲಿ ಕಿ.ರಂ. ಸಂತನಂತೆ, ಭಿಕಾರಿಯಂತೆ, ಯೋಗಿಯಂತೆ ಮಹಾನ್ ಲೇಖಕರ ಜೊತೆ ರಾಮಕೃಷ್ಣ ಪರಮಹಂಸರ ಜೊತೆ ಸಂಭಾಷಣೆಗೆ ತೊಡಗಿದಂತೆ ಪರಿಭಾವಿಸಿಕೊಂಡಿದ್ದೇನೆ. ಯಾಕೆಂದರೆ ಇವರು ಸಾಂಸ್ಕೃತಿಕ ಲೋಕದ ಹುಚ್ಚನಂತೆ ಚಪ್ಪಲಿ ಸವೆಯುವಂತೆ ಸುತ್ತಾಡಿದ್ದಾರೆ. ಇವರ ಜೊತೆಗೆ ಕೆ. ಮರುಳಸಿದ್ದಪ್ಪನವರ ಕೈಹಿಡಿದು ಕಲಕತ್ತೆಯಲ್ಲಿ ನಡೆದಾಡಿದ್ದಾರೆ. ಆಗ ನಾವು ಕಲಿತ ನಾಲ್ಕಕ್ಷರಗಳಿಂದ ಎಲ್ಲೆಲ್ಲಿ ಹೋಗುತ್ತೇವೆ,

ಯಾರ್ಯಾರನ್ನು ನೋಡುತ್ತೇವೆ ಎಂಬುದು ನೆನಪಾಗುತ್ತಲೇ ಇರುತ್ತದೆ. ಅಥವಾ ವಿಷಾದದಿಂದ ಪೀಡಿಸುತ್ತಲೇ ಇರುತ್ತದೆ. ಈ ದೃಷ್ಟಿಯಿಂದ ಎಷ್ಟೋ ವರ್ಷಗಳ ಹಿಂದೆ ಅಥವಾ ಜಯನಗರ ಕಾಂಪ್ಲೆಕ್ಸ್ ಹುಟ್ಟಿದ ದಿನಗಳಿರಬಹುದು.; ಅಲ್ಲಿ ಭೀಮಸೇನ ಜೋಶಿ ಹಾಗೂ ಜಯವಂತಿದೇವಿ ಹಾಡಿರುವ ದಾಸರ ಹಾಗೂ ಭಕ್ತಿಗೀತೆಗಳ ಕ್ಯಾಸೆಟ್ ಕೊಡಿಸಿದರು, ಅಕ್ಕಿರೊಟ್ಟಿ ಮತ್ತು ಹಂದಿಮಾಂಸ ಕೊಡಿಸಿ. ಜೋಶಿಯವರ ಪ್ರಾರಂಭದ ಹಾಡುಗಳು. ಅದರಲ್ಲಿ ಜಯವಂತಿದೇವಿಯವರು 'ತಲ್ಲಣಿಸಿದರು ಕಂಡ್ಯ ತಾಳುಮನವೆ' ಎಂಬ ಕನಕದಾಸರ ದಾಸವಾಣಿಯಿದೆ. ಅದರಲ್ಲಿ

ಅಡಿವಿಯೊಳಗೆ ಆಡುವ ಮೃಗ ಪಕ್ಷಿಗಳಿಗೆ
ಅಡಿಗಡಿಗೂ ಆಹಾರವನ್ನಿಟ್ಟವರು ಯಾರು ?
ತನ್ನೊಳಗೆ ಹುಟ್ಟಿರುವ ಕ್ರಿಮಿಕೀಟಗಳಿಗೆಲ್ಲ
ಅಲ್ಲಲ್ಲೇ ಆಹಾರವನ್ನಿಟ್ಟವರು ಯಾರು?

ಈ ಚರಣಗಳು ನನ್ನನ್ನು ಮಾನಸಿಕವಾಗಿ ಎಷ್ಟು ಬಂಧಿಸಿಟ್ಟಿದ್ದಾವೆ ಎಂದರೆ ವರ್ಣಿಸಲು ಕಷ್ಟವಾಗಬಹುದು. ಇದರ ಅರ್ಥವ್ಯಾಪ್ತಿಯ ಜೊತೆಗೆ ಜಯವಂತಿದೇವಿ ಹಾಡಿರುವ ದಾಟಿ ಕೇಳಿದಷ್ಟು ಆಪ್ತವಾಗುತ್ತ ಹೋಗುತ್ತದೆ. ಹತ್ತಾರು ಬಾರಿ ಕೇಳಿದ್ದೇನೆ. ಆಗ ನಾನು ತಿನ್ನುವ ಅನ್ನ, ಅರಿಯುವ ಜ್ಞಾನ, ಪಡೆಯುವ ಅನುಭವ ಎಲ್ಲೆಲ್ಲಿಯೋ ಇದೆಯಲ್ಲ ಎಂದು ವಿವಿಧ ರೀತಿಯಲ್ಲಿ ಭಾವನಾತ್ಮಕತೆಯನ್ನು ಪಡೆದಿದ್ದೇನೆ. ಹಾಗೆ ನೋಡಿದರೆ ನಮ್ಮ ಯಾರ ಬದುಕಿನಲ್ಲೂ ಟೈಮ್ ಟೇಬಲ್ ಪ್ರಕಾರ ಯಾವುದೂ ನಡೆಯುವುದಿಲ್ಲ. ವಿವಿಧ ರೀತಿಯಲ್ಲಿ ನಮ್ಮದೆಲ್ಲ ಸ್ವಲ್ಪ ಹೆಚ್ಚು ಕಮ್ಮಿ ಅಲೆಮಾರಿಗಳ ಬದುಕೇ ಆಗಿರುತ್ತದೆ. ಯಾವಾಗ ಏನೇನು ಘಟಿಸುತ್ತದೋ ಗೊತ್ತಾಗುವುದೇ ಇಲ್ಲ. ಈ ಕಾರಣಕ್ಕಾಗಿ ಯು.ಆರ್. ಅನಂತಮೂರ್ತಿಯವರ ಅರವತ್ತನೇ ವರ್ಷದ ನೆನಪಿಗೆ ಬೆಂಗಳೂರಿನ ರೇಸ್‌ಕೋರ್ಸ್ ಕ್ಲಬ್ಬಿನಲ್ಲಿ ಸುಮಾರು ನಲವತ್ತು ಐವತ್ತು ಮಂದಿಯನ್ನು ಲಂಕೇಶ್ ಅವರು ಊಟಕ್ಕೆ ಕರೆದಿದ್ದರು. ಒಂದಷ್ಟು ಮಾತುಕತೆಯ ಮಧ್ಯೆ ಊಟಕ್ಕೆ ಸಾಲಾಗಿ ಕುಳಿತಿರುವಾಗ ಲಂಕೇಶ್ ಅವರು ಎಷ್ಟು ಅಸಹನೆಯಿಂದ ಮಾತಾಡಿದರೆಂದರೆ ನಾವ್ಯಾರೂ ಊಹಿಸಿಕೊಂಡಿರಲೇ ಇಲ್ಲ. ಅದರಲ್ಲೂ ಅನ್ನದ ತಟ್ಟೆಯ ಮುಂದೆ ಕೂತು. ಕೇವಲ ಅನಂತಮೂರ್ತಿ ಹಾಗೂ ಅವರ ಮಗಳ ಕಣ್ಣಲ್ಲಿ ಮಾತ್ರವಲ್ಲ. ನಮ್ಮ ಕಣ್ಣಲ್ಲಿಯೂ ನೀರು ಬರುವಂತೆ ಮಾಡಿದ್ದರು. ಆಗ ಡಿ.ಆರ್. ಕಿ.ರಂ. ಡಾ॥ ಶ್ರೀನಿವಾಸ್‌ಗೌಡರು ಹಾಗೂ ನಾನು ಒಂದು ಮೂಲೆಯಲ್ಲಿ ಹೋಗಿ ನಿಂತು ಹೀಗೂ ಆಗಲೂ ಸಾಧ್ಯವಾ? ಎಂದು ಪ್ರಶ್ನಿಸಿಕೊಂಡೆವು, ಗೌಡರಂತೂ ತುಂಬ ಡಿಸ್ಟರ್ಬ್ ಆಗಿದ್ದರು. ಕೊನೆಗೆ ಅನಂತಮೂರ್ತಿಯವರನ್ನು ಕಳಿಸಿಕೊಡಲು ಅವರ ಕಾರಿನ ಬಳಿ ಕಿ.ರಂ. ಅವರ ಜೊತೆ ಹೋದಾಗ ಎಷ್ಟು ಹೀನಾಯವಾಗಿ ಬೈದರೆಂದರೆ "ನಿಮ್ಮ ಮುಖ ತೋರಿಸಬೇಡಿ, ಅವನು ಆ ರೀತಿ ನಡಕೊಳ್ಳಬೇಕಾದರೆ

ನೀವೆಲ್ಲ ಶಾಮಿಲಾಗಿದ್ದೀರಿ...." ಎಂದು ಹೊರಟರು. ಆ ಕಾರಿಗೂ ನೋವಾಗಿತ್ತು ಅನ್ನಿಸುತ್ತದೆ. ವಿಷಾದದಿಂದ ನಿಧಾನವಾಗಿ ಚಲಿಸತೊಡಗಿತ್ತು.

ನಮ್ಮ ಬದುಕಿನ ವೈಪರೀತ್ಯಗಳು ಎಷ್ಟು ವಿಚಿತ್ರವಾಗಿರುತ್ತದೆಯೆಂದರೆ: ಅನಂತಮೂರ್ತಿಯವರ ಅರವತ್ತನೇ ವರ್ಷವನ್ನು ಅದ್ಧೂರಿಯಾಗಿ ಮಾಡಬೇಕು, ಉತ್ತಮ ಅಭಿನಂದನಾ ಗ್ರಂಥವನ್ನು ತರಬೇಕು ಎಂದು ಪ್ರೇರೇಪಿಸಿದವರು ಲಂಕೇಶ್ ಅವರು. ಅದಕ್ಕೆ ಡಿ.ಆರ್., ಕಿ.ರಂ. ಹಾಗೂ ನಾನು ಜವಾಬ್ದಾರಿ ತೆಗೆದುಕೊಂಡು ನಡೆಸುವಂತೆ ಸೂಚಿಸಿದ್ದರು. ಹಾಗೆಯೇ ಜೆ.ಎಚ್. ಪಟೇಲರು ಸಹಾಯ ಮಾಡ್ತೀನಿ ಎಂದಿದಾರೆ ಹೋಗಿ ನೋಡಿ; ಆಗದಿದ್ದರೆ ನಮ್ಮ ಪ್ರಕಾಶದಿಂದಲೇ ತರೋಣ ಎಂದು ತಿಳಿಸಿದ್ದರು. ಅದರಂತೆ ಪಟೇಲರು ಬರಲು ಹೇಳಿದ ಸಮಯಕ್ಕೆ ಹೋದೆವು. ಅವರು ಮನೆಯಲ್ಲಿರಲಿಲ್ಲ. ಮತ್ತೆ ಇನ್ನೊಂದು ದಿವಸ ಸಮಯ ತೆಗೆದುಕೊಂಡು ಹೋದೆವು, ಮನೆ ಬಿಟ್ಟಿದ್ದರು. ಆಗ ಅವರು ಉಪ ಮುಖ್ಯಮಂತ್ರಿಯಾಗಿದ್ದರು. ಶಾಸಕರ ಭವನದಲ್ಲಿದ್ದಾರೆಂದು ತಿಳಿಸಿದರು, ಅಲ್ಲಿಗೆ ಹೋದೆವು, ಯಾವುದೋ ಒಂದು ಕೊಠಡಿಯಲ್ಲಿ ಪಟೇಲರು, ಡಿ.ಬಿ. ಚಂದ್ರೇಗೌಡರು, ಡಾ॥ ನಾಡಗೌಡರು ಮುಂತಾದವರು ಕಾರ್ಡ್ಸ್ ಆಡುತ್ತ ಕೂತಿದ್ದರು. ಡಿ.ಆರ್. ಬಂದ ವಿಷಯ ತಿಳಿಸಿದ. ಹೌದಾ ಮಾಡೋಣ ಬಿಡಿ ಎಂದರು. ನಮಗೆಲ್ಲ ಮೈ ಉರಿದುಹೋಗಿತ್ತು. ಕೊನೆಗೆ ನಮ್ಮ ನಾಯಕತ್ವ ವಹಿಸಿದ್ದ ಹಿರಿಯ ಪತ್ರಕರ್ತ ಮೈಸೂರುಮಠ್ ಅವರು "ಬನ್ರಯ್ಯ ಪ್ರೆಸ್ ಕ್ಲಬ್‌ಗೆ ಹೋಗೋಣ, ಅಮೃತ ಬಜಾರ್ ಪತ್ರಿಕೆಗೆ ಯಾವುದೋ ಲೇಖನ ಕಳಿಸಿದ್ದೆ, ಸಾವಿರ ರೂಪಾಯಿ ಚೆಕ್ ಕಳಿಸಿದ್ದಾರೆ. ಅದನ್ನು ಸದುಪಯೋಗಪಡಿಸೋಣ" ಎಂದರು. ನಮ್ಮ ಜೊತೆಯಲ್ಲಿ ಡಾ॥ ಎಸ್. ಚಂದ್ರಶೇಖರ ಮತ್ತು ಕಿ.ರಂ. ಅವರೂ ಇದ್ದರು. ಅಂದು ಪ್ರೆಸ್‌ಕ್ಲಬ್‌ನಲ್ಲಿ ಅದ್ಭುತ ಸಂಜೆಯನ್ನು ಕಳೆದೆವು. ಇರಲಿ, ರೇಸ್‌ಕೋರ್ಸ್ ಕ್ಲಬ್ಬಿನಲ್ಲಿ ನಡೆದ ಘಟನೆಯ ನಂತರ ನಾವೆಲ್ಲ ಹೋಗಿ ಲಂಕೇಶ್ ಅವರ ಮುಂದೆ ಕೂತು ನಮ್ಮ ಬೇಸರ ವ್ಯಕ್ತಪಡಿಸಿದ್ದೆವು. ಲಂಕೇಶ್ ಅವರಿಗೂ ತಮ್ಮ ತಪ್ಪಿನ ಅರಿವಾಗಿತ್ತು. ಇದಕ್ಕೆ ಸಂಬಂಧಿಸಿದಂತೆ ಒಂದು ಪುಟ್ಟ ಟಿಪ್ಪಣಿಯನ್ನು ಬರೆದರು ಅನ್ನಿಸುತ್ತದೆ. ಇದರಿಂದ ಲಂಕೇಶ್ ಅವರು ಅನಂತಮೂರ್ತಿಯವರ ಅಭಿನಂದನಾ ಗ್ರಂಥದ ಬಗ್ಗೆ ಯೋಚಿಸಿಲ್ಲ. ಯಾಕೆಂದರೆ ಅವರಿಂದ ಪ್ರತಿಭಟನೆ ಬರಬಹುದೆಂದು, ಆದರೆ ಮೂವತ್ತು ವರ್ಷಗಳ ಹಿಂದೆ ದೇವನೂರು ಮಹಾದೇವ ಅವರು "ಅನಂತಮೂರ್ತಿಯವರು ಹಾಗೂ ಲಂಕೇಶ್ ಅವರು ಕನ್ನಡ ಸಾಹಿತ್ಯ ಸಂದರ್ಭದ ಸವತಿಗಳು" ಎಂಬುದನ್ನು ಶೂದ್ರದಲ್ಲಿಯೇ ಪ್ರಕಟಿಸಿದ್ದೆ. ಇಷ್ಟಾದರೂ ಲಂಕೇಶ್ ಅವರು ಬಹಳಷ್ಟು ಸಾರಿ ಹೇಳಿದ್ದಾರೆ. "ಒಬ್ಬ ಲೇಖಕ ತನ್ನ ಬದುಕಿನಲ್ಲಿ ಕೊನೆಯ ಪಕ್ಷ ಸೂರ್ಯನ ಕುದುರೆಯಂಥ ಒಂದು ಕಥೆ ಬರೆದರೆ ಸಾಕು" ಎಂದು. ಈ ಎಲ್ಲಾ ಮನೋಭೂಮಿಕೆಯಿಂದ ಅನಂತಮೂರ್ತಿಯವರು ತಮ್ಮ ಬಗ್ಗೆ

ಬರೆಯಬೇಕು ಎಂದು ಲಂಕೇಶ್ ಅವರು ಆಶಿಸುತ್ತಿದ್ದರು. ಅಂದು ಟರ್ಫ್ ಕ್ಲಬ್ಬಿನಲ್ಲಿ ಇದನ್ನು ಪರೋಕ್ಷವಾಗಿ ತಮ್ಮ ಮಾತುಗಳಲ್ಲಿ ಸೇರಿಸಿದ್ದರು. ಅದು ಅಸಹನೆಯಿಂದ ಕೂಡಿತ್ತು. ತಾರ್ಕಿಕತೆ ಇರಲಿಲ್ಲ.

ಇತ್ತೀಚಿನ ವರ್ಷಗಳಲ್ಲಿ ಕಾವ್ಯಮಂಡಲದ ಮೂಲಕ ಶಿವರಾತ್ರಿಯ ದಿವಸ ಇಡೀ ರಾತ್ರಿ 'ಶಿವರಾತ್ರಿಯಲ್ಲಿ ಕಂಡ ಕನಸು'ವಿನ ಮೂಲಕ 'ಮಂಟೇಶ್ವಾಮಿ' ನೆಪ ಮಾಡಿಕೊಂಡು ದೇಸಿಕಾವ್ಯಗಳ ಶೋಧನೆ ಅಪ್ರತಿಮವಾದದ್ದು. ಎಂತೆಂಥವರೋ ಕಲಾವಿದರನ್ನು ಕರೆಸಿ ಹಾಡಿಸುವುದು, ಕಥಾ ಪ್ರಸಂಗಗಳನ್ನು ಪ್ರಸ್ತುತಪಡಿಸುತ್ತಿರುವುದು ಮಹತ್ವಪೂರ್ಣವಾದದ್ದು. ಇಲ್ಲಿ ತಮ್ಮ ಶಿಷ್ಯ ಕೋಟಿ ಎಂಬ ಗೆಳೆಯರನ್ನು ಬಳಸಿಕೊಂಡು ಒಂದು ರೀತಿಯ ಕಾವ್ಯ ಸಂಭ್ರಮವನ್ನೇ ಪ್ರಸ್ತುತಪಡಿಸುತ್ತಿದ್ದಾರೆ. ಇಂಥ ಶ್ರೀಮಂತ ಅನುಭವವನ್ನು ಪ್ರತಿ ವರ್ಷ ಕೊಡುವುದರ ಜತೆಗೆ ಏಕಕಾಲದಲ್ಲಿ ಶಿವರಾತ್ರಿಯ ಸಾಂಸ್ಕೃತಿಕ ಮಹಿಮೆ ಹಾಗೂ ದೇಸಿ ಕಾವ್ಯಗಳಲ್ಲಿ ವಿವಿಧ ರೀತಿಯಲ್ಲಿ ಕಾವ್ಯಪ್ರಿಯರನ್ನು ತೊಡಗಿಸುವ ಪ್ರಕ್ರಿಯೆ ಅನನ್ಯವಾದದ್ದು.

ನಿಜವಾಗಿಯೂ ಕಿ.ರಂ. ಅವರ ಬಗ್ಗೆ ತುಂಬ ಇಂಟಿಮೇಟಾದ ಜೀವನ ಚರಿತ್ರೆ ಬಂದರೆ ಎಷ್ಟು ಚೆನ್ನಾಗಿರುತ್ತದೆ. ಅದು ಬಾಸ್‌ವೆಲ್‌ನ ಸ್ಯಾಮ್ಯುವೆಲ್ ಜಾನ್‌ಸನ್‌ನ ಜೀವನ ಚರಿತ್ರೆಯಂತಿರಬೇಕು. ಹಾಗೆಯೇ 'ಹಾಡೆನ್ ಇನ್ ಲವ್' ಡೊರೋತಿ ಫರ್ನಾನಳು ಬರೆದ ಕೃತಿಯ ಅಂಶಗಳು ಸಮೀಕರಣಗೊಂಡಿರಬೇಕು. ಆಗ ಇವರ ಹತ್ತಾರು ಜೀವನ ಚಿತ್ರಣಗಳು ದಾಖಲಾಗಲು ಸಾಧ್ಯವಿರುತ್ತದೆ. ಇದನ್ನು ಉಡಾಫೆಯಿಂದ ಹೇಳುತ್ತಿಲ್ಲ. ಸಾಂಸ್ಕೃತಿಕವಾಗಿ ನಮ್ಮ ಕಾಲದ ಒಬ್ಬ ಅಪೂರ್ವ ಚಿಂತಕ ಎನ್ನುವ ಕಾರಣಕ್ಕಾಗಿ. ಇವರ ಮುಂದೆ ಕೂತಾಗ ಚೆಲ್ಲಾಪಿಲ್ಲಿಯಾಗಿ ಹರಡಿಕೊಂಡ ಏನೇನೋ ವಸ್ತುಗಳನ್ನು ಕಂಡಾಗ ಆ ಪುಸ್ತಕಗಳನ್ನು ಸೇರಿಸಿ, ಯಾವ ರೀತಿಯಲ್ಲಿ ಇವರ ಚಿತ್ರಣವನ್ನು ಹಿಡಿದಿಡುವುದು ಎಂದು ನೂರಾರು ಬಾರಿ ಅಂದುಕೊಂಡಿದ್ದೇನೆ. ಎಷ್ಟೋ ದಿವಸಗಳಿಂದ ಒಮ್ಮೆ ಕಿ.ರಂ. ಅವರ ಊರಿಗೆ ಹೋಗಿಬರೋಣವೆಂದು ಯೋಚಿಸಿದ್ದೇನೆ. ಇವರ ಬಾಲ್ಯಕಾಲದ ಗೆಳೆಯರನ್ನು ಕಂಡು ಮಾತಾಡಿಸಬೇಕು

ಎಂದು ಅಭಿಪ್ರಾಯ ತುಂಬಿಕೊಂಡಿದ್ದೇನೆ. ಆದರೆ ಮುಂದೂಡುತ್ತಲೇ ಬಂದೆ. ಇವರ ತಂದೆಯವರು ಇರುವಾಗಲೇ ಯೋಚಿಸಿದ್ದೆ. ಇದನ್ನು ಅವರ ಬಳಿ ಪ್ರಸ್ತಾಪಿಸಿಯೂ ಇದ್ದೆ. ಮೂರುನಾಲ್ಕು ಸಂಜೆ ಮಾರ್ಮಿಕವಾಗಿ ಅವರ ಜತೆ ಕಳೆದಿದ್ದೇನೆ. ಅವರಿಗೆ ತಮ್ಮ ಸೊಸೆ ವಿಜಯಲಕ್ಷ್ಮಿಯವರ ಬಗ್ಗೆ ತುಂಬ ಅಭಿಮಾನವಿತ್ತು. ಉತ್ತಮ ಅಭಿರುಚಿ ಇದ್ದ ಮನುಷ್ಯ. ಸಾಕಷ್ಟು ಎತ್ತರವಿದ್ದ ಸ್ಫುರದ್ರೂಪಿ. ಎಷ್ಟೋ ಬಾರಿ ಅಂದುಕೊಂಡಿದ್ದೇನೆ: ತಮ್ಮ ಮಗನನ್ನು ಕುರಿತು ಒಂದಷ್ಟು ಮಾತಾಡಿಸೋಣ ಎಂದು, ಕೆಲವು ಸಂಕೋಚಗಳ ಕಾರಣಕ್ಕಾಗಿ ಕೇಳಲಾಗಲಿಲ್ಲ. ಈಗ ತಪ್ಪು ಮಾಡಿದೆ ಎಂಬ ಅಪರಾಧ ಭಾವನೆ ಕಾಡುತ್ತಿದೆ. ಹಾಗೆಯೇ ಕಿ.ರಂ. ಅವರ ಚಿಕ್ಕಮ್ಮ (ತಂದೆಯವರ ಎರಡನೆಯ ಹೆಂಡತಿ) ವಿಕ್ಟೋರಿಯ ಆಸ್ಪತ್ರೆಯಲ್ಲಿ ಕ್ಯಾನ್ಸರ್‌ನಿಂದ ನರಳುತ್ತ ಮಲಗಿದ್ದಾಗ. ಆಕೆಯ ಮುಖದಲ್ಲಿ ಎಂಥ ಅದ್ಭುತ ಕಳೆಯಿತ್ತು. ಸುಮಾರು ಮೂರು ನಾಲ್ಕು ಗಂಟೆ ಎಂತೆಂಥ ಭಾವುಕ ಕ್ಷಣಗಳನ್ನು ಅಲ್ಲಿ ಎದುರಿಸಿದ್ದೇನೆ. ಚಿಕ್ಕಮ್ಮನನ್ನು ಕಂಡರೆ ಕಿ.ರಂ.ಅವರಿಗೆ ಎಲ್ಲಿಲ್ಲದ ಆಪ್ತತೆ. ಆಸ್ಪತ್ರೆಯಿಂದ ಹೊರಗೆ ಬಂದು ನನ್ನನ್ನು ಮನೆಗೆ ಕಳಿಸಿಕೊಡುವಾಗಲೂ ಎಷ್ಟೊಂದು ರೀತಿಯಲ್ಲಿ ಆಕೆಯ ಗುಣಗಾನ ಮಾಡಿದ್ದಾರೆ. ಮತ್ತೆ ಅವರನ್ನು ವಾಪಸ್ಸು ಕಳಿಸಬೇಕಾದರೆ ಸ್ವಲ್ಪ ಹಿಂಸೆಯೇ ಆಯಿತು.

ಕಿ.ರಂ. ಅವರು ಮನೆಗೆ ಹೋದಾಗ ಅಲ್ಲಿರುವ ಪುಸ್ತಕಗಳೆಲ್ಲ ವ್ಯಕ್ತಿಚಿತ್ರಣಗಳಾಗಿ ಗೋಚರಿಸಿವೆ. ಒಂದೊಂದೇ ಪುಸ್ತಕವನ್ನು ತೆಗೆದು ಯಾವ ಯಾವ ರೀತಿಯಲ್ಲಿ ಅಂಡರ್‌ಲೈನ್ ಮಾಡಿದ್ದಾರೆ. ಏನೇನು ಟಿಪ್ಪಣಿ ಬರೆದಿದ್ದಾರೆ ಎಂಬ ಆಶಯವನ್ನು ತುಂಬಿಕೊಂಡಿದ್ದೇನೆ. ಹಾಗೆಯೇ ಆ ಪುಸ್ತಕಗಳಲ್ಲಿ ಟಿಪ್ಪಣಿ ಮಾಡಿರುವ ನೂರಾರು ಚೀಟಿಗಳು ಇರಲು ಸಾಧ್ಯ. ಆ ಚೀಟಿಗಳಲ್ಲಿ ಎಂತೆಂಥ ಕಾಮೆಂಟ್ಸ್‌ಗಳು ಅಡಕವಾಗಿವೆ ಎಂಬ ಕುತೂಹಲವಿದೆ. ಅದಕ್ಕೆ ಹೇಗೆ ಕೈಹಾಕುವುದೋ ಗೊತ್ತಿಲ್ಲ. ಹಾಗೆಯೇ ಹಳೆಯ ಬೆಂಗಳೂರಿನ ಗಲ್ಲಿಗಲ್ಲಿಯಲ್ಲಿಯೂ ಯಾರ್‍ಯಾರೋ ಪರಿಚಿತರು. ಅವರಿಂದ ತಂದ ವಸ್ತುಗಳನ್ನು ನೋಡಿದಾಗಲೂ ಅವು ಸೆಟೆದು ನಿಂತು ಏನೇನೋ ಮಾತಾಡುತ್ತಿವೆ ಅನ್ನಿಸಿದೆ. ಅವರಿಗೆ ಗುಜರಿ ಮಾಲುಗಳ ಬಗ್ಗೆ ಎಲ್ಲಿಲ್ಲದ ವ್ಯಾಮೋಹ. ಒಂದು ದೃಷ್ಟಿಯಿಂದ ಗುಜರಿಗಳು ಹಾಗೂ ಬೆಂಗಳೂರಿನ ಹಳೆಯ ಗಲ್ಲಿಗಳ ಬಗ್ಗೆ ವ್ಯಾಮೋಹ ಮತ್ತು ಆಸಕ್ತಿಯನ್ನು ಬೆಳೆಸಿದವರೇ ಕಿ.ರಂ. ಹಾಗೂ ಕೆ.ಇ.ಬಿ.ಯಲ್ಲಿ ಗುಮಾಸ್ತರಾಗಿದ್ದ ಸ್ವಾಮಿಯವರು. ಅತ್ಯಂತ ವರ್ಣಮಯ ವ್ಯಕ್ತಿ. ಈ ಸ್ವಾಮಿ ನನ್ನ ಬದುಕಿಗೆ ಬಂದು ಹೋದ ಅದ್ಭುತ ಅವಧೂತ. ಇವರೆಲ್ಲ ಎಂತೆಂಥ ಅಧೋಲೋಕವನ್ನು ತುಂಬಿಕೊಂಡವರು.

ನನ್ನ ಸ್ಮೃತಿಯೊಳಗೆ ಕಿ.ರಂ. ತುಂಬಿಕೊಟ್ಟ ಎಷ್ಟೋ ಹೋಟೆಲ್‌ಗಳು, ಜಾಗಗಳು, ಗಲ್ಲಿಗಳು ನಾಪತ್ತೆಯಾಗಿವೆ. ಅಲ್ಲೆಲ್ಲ ಏನೇನೋ ಬಂದು ಆವರಿಸಿಕೊಂಡಿವೆ. ನಾವು ಯಾವಾಗಲೂ ಅಡಿಗರ ಜತೆ ಸಂಜೆ ಸೇರುತ್ತಿದ್ದ ಗಾಂಧೀಬಜಾರಿನ

ಸರ್ಕಲ್ ಲಂಚ್‌ಹೋಂ ನಾಪತ್ತೆಯಾಗಿದೆ. ಹೀಗೆ ಸೇರುತ್ತಿದ್ದ ಸಮಯದಲ್ಲಿ ಕೊಡೆ ಹಿಡಿದು ಉದ್ದನೆಯ ಕೋಟಿನಲ್ಲಿ ಕುತ್ತಿಗೆಗೆ ಮಫ್ಲರ್ ಸುತ್ತಿ ತಲೆಗೆ ಕಪ್ಪು ಟೋಪಿ ಧರಿಸಿ ಬಸವನಗುಡಿ ಕ್ಲಬ್‌ಗೆ ಇಸ್ಪೀಟು ಆಡಲು ಹೋಗುತ್ತಿದ್ದ ಮಹಾನ್ ಕಥೆಗಾರ ಮಾಸ್ತಿಯವರು. ಹಾಗೆಯೇ ಇಂದು ಮತಧರ್ಮದ ಹೆಸರಿನಲ್ಲಿ ಚರ್ಚ್‌ಗಳನ್ನು ಧ್ವಂಸ ಮಾಡುವ ಪ್ರಕ್ರಿಯೆ. ನಾವು ಕೆಲವು ವರ್ಷ ಕಿ.ರಂ. ಅವರೊಡನೆ ವರ್ಷದ ಕೊನೆಯಲ್ಲಿ ಇಡೀ ರಾತ್ರಿ ಬೆಂಗಳೂರು ಸುತ್ತಾಡುತ್ತಿದ್ದೆವು. ಬೆಳಗಿನ ಜಾವ ಚರ್ಚ್‌ಗಳ ಬಳಿಗೆ ಹೋದಾಗ ಜನ ಕಾಣುವ ಸಂಭ್ರಮ. ಎಂಥ ಅನನ್ಯವಾದದ್ದು. ನಾನು ಒಬ್ಬ ನಿರೀಶ್ವರವಾದಿಯಾಗಿ ದೇವಸ್ಥಾನ, ಮಸೀದಿ, ಚರ್ಚ್ ಇತ್ಯಾದಿ ಧಾರ್ಮಿಕ ಕೇಂದ್ರಗಳನ್ನು ಮನಸ್ಸಿನಲ್ಲಿ ತುಂಬಿಕೊಂಡಿದ್ದೇನೆ. ಅದು ಹಲಸೂರಿನ ಸೋಮೇಶ್ವರ ದೇವಸ್ಥಾನವಿರಬಹುದು, ಶಿವಾಜಿನಗರದ ಸೇಂಟ್ ಮೇರಿ ಚರ್ಚ್ ಇರಬಹುದು. ಇವು ನಮ್ಮ ಜನರನ್ನು ಒಂದುಗೂಡಿಸುತ್ತ ಬಂದಿರುವ ಸಾಮಾಜಿಕ ಸಂಸ್ಥೆಗಳು. ಮೊನ್ನೆ ಈ ಎಲ್ಲಾ ಗದ್ದಲದ ನಡುವೆ, ಎಷ್ಟೋ ವರ್ಷಗಳಿಂದ ಹೋಗಿ ಕೂರುವಂತೆ ಸೇಂಟ್ ಮೇರಿ ಚರ್ಚ್‌ನಲ್ಲಿ ಭಕ್ತಾದಿಗಳ ನಡುವೆ ಕೂತೆ. ಎಲ್ಲಾ ಜನಾಂಗದ ಭಕ್ತಾದಿಗಳು ಬರುವ ಜಾಗವಿದು. ಅಕ್ಕಪಕ್ಕದವರೆಲ್ಲ ಏನೋ ಪ್ರಾರ್ಥಿಸುತ್ತಿದ್ದರು. ಆ ಅಂತರಂಗದ ಪ್ರಾರ್ಥನೆಯೊಳಗೆ ತಮ್ಮ ನೆಮ್ಮದಿಯನ್ನು ಹಾಗೂ ಸುತ್ತಲಿನ ನೆಮ್ಮದಿಯನ್ನು ಕಾಪಾಡಿ ಎಂದಿರಬಹುದು. ದೈವದ ಕಲ್ಪನೆ ಹುಟ್ಟಿದ್ದು ಕೂಡ ಈ ರೀತಿಯ ಮೊರೆಗಾಗಿಯೇ ಇರಬಹುದು.

ಕಿ.ರಂ. ಅವರು ನನ್ನ ಮನೋಲೋಕಕ್ಕೆ ಏನೇನೋ ಕಟ್ಟಿಕೊಟ್ಟಿದ್ದಾರೆ. ಅದನ್ನೆಲ್ಲ ಬೆಚ್ಚಗೆ ಕಾಪಾಡಿಕೊಳ್ಳುತ್ತ, ಆಗಾಗ ಕೆದಕಿ ನೋಡಿಕೊಳ್ಳುವುದಕ್ಕೆ ಎಷ್ಟೊಂದು ಸಾಮಗ್ರಿ ಇದೆ. ಅದರ ಭಾವಸಾಂದ್ರತೆ ಮತ್ತು ತಾದಾತ್ಮ್ಯತೆಯ ನಡುವೆ ಒಂದು ರೀತಿಯ ತೀವ್ರತೆಯನ್ನು ಕಂಡುಕೊಂಡಿದ್ದೇನೆ. ಅದನ್ನು ಕುರಿತು ನಿಖರವಾಗಿ ಹೇಳಲಾಗಿದ್ದರೂ ತನ್ಮಯತೆಯಂತೂ ಏನೇನೋ ಗುಣವಿಶೇಷತೆಗಳನ್ನು ವಿಸ್ತರಿಸಿದೆ. ಕೊನೆಗೂ ಅವರೇ ಪರಿಚಯಿಸಿದ ಟಿ.ಎಸ್. ಎಲಿಯೆಟ್ ಕವಿಯ ನಾಲ್ಕು ಸಾಲುಗಳು ಇಲ್ಲಿವೆ.

"Here is the number one door
memory!
you have the key,
the little lamp spreads a ring on the stair
mount,
The bed is open; the tooth brush hands on the wall,
put your shoes at the door, sleep prepare for life"

ಕಿರಂ ಲೋಕ
ತಾವು ಗೌರವಿಸುವ ಲೇಖಕರಾಗಲಿ,
ಕಲಾವಿದರಾಗಲಿ ಅಥವಾ
ರಾಜಕಾರಣಿಗಳಾಗಲಿ ಕಿ.ರಂ. ಅವರನ್ನು
ಕುರಿತು ಒಂದು ಒಳ್ಳೆಯ ಮಾತು ಹೇಳಿದರೆ;
ನಾಚಿಕೆ ಮತ್ತು ಸಂಕೋಚದಿಂದ ಪುಟ್ಟ
ಮಗುವಿನಂತೆ ಕುಗ್ಗಿ ಹೋಗುತ್ತಿದ್ದರು.

ಬಹುಮುಖಿ ಕಿ.ರಂ.

" Sleep

prepare for life" ಎಲಿಯೆಟ್‌ನ ಈ ನುಡಿಗಟ್ಟನ್ನು ಸದಾ ಗುನುಗುನಿಸಿಕೊಳ್ಳುವಂತೆ ಕಿ.ರಂ. ಅವರು ತಮ್ಮ ಬದುಕಿನಲ್ಲಿ ಸಾವಿರಾರು ವಿದ್ಯಾರ್ಥಿಗಳನ್ನು ಮುನ್ನುಗ್ಗಿಸಿದ್ದಾರೆ. ಅದು ಸದಭಿರುಚಿಯ ಚೌಕಟ್ಟಿನಲ್ಲಿ ನ್ಯೂಕ್ಲಿಯಸ್ ರೀತಿಯಲ್ಲಿ ಕೆಲಸ ಮಾಡುವಂಥದ್ದು. ಗುರು ಸಾನಿಧ್ಯದ ಸಾಧ್ಯತೆಗಳನ್ನು ವಿಸ್ತರಿಸು ವಂಥದ್ದು. ಎಂಥವರ ಬಗ್ಗೆಯಾದರೂ ಕೊತೂಹಲ ಮತ್ತು ತಾದ್ಯಾತ್ಮತೆ ಜೀವಂತವಾಗಿರುವಂತೆ ತಮಗೆ ಮುಖಾಮುಖಿಯಾದಂತಹವರಿಗೆಲ್ಲ ಪ್ರೇರೇಪಿಸಿದ್ದಾರೆ. ಯಾವುದೂ ಅವಗಣನೆಗೆ ಒಳಗಾಗಬಾರದೆಂಬ ಮನಸ್ಥಿತಿಯು ಸೂಕ್ಷ್ಮ ನೆಲೆಗಳನ್ನು ಹುಡುಕಿಕೊಳ್ಳುವಂತೆ ನೋಡಿಕೊಂಡವರು. ಅದು ಸಾಹಿತ್ಯ, ಕಲೆ, ಕ್ರೀಡೆ, ಸಮಾಜಸೇವೆ ಎಂಥದ್ದೇ ಆಗಲಿ, ಪರೋಕ್ಷ ನೆಲೆಯಲ್ಲಿ ಒಲವು ಬೆಳೆಯುವಂತೆ ನೋಡಿಕೊಳ್ಳುತ್ತಿದ್ದರು. ಅದಕ್ಕೆ ಎಂದೂ ಕಾಲಮಿತಿಯನ್ನು ಆರೋಪಿಸಿದವರಲ್ಲ. ನಿರಂತರತೆ ಎಂಬುದು ಅರಿವಿನ ಭಾಗವಾಗಿಯೇ ಇರುತ್ತದೆಂದು ತಿಳಿದವರು. ಒಮ್ಮೊಮ್ಮೆ ನನ್ನಂಥವರಿಗೆ ವಿಶ್ವಾಮಿತ್ರ ಋಷಿಯಂತೆ, ದೂರ್ವಾಸಮುನಿಯಂತೆ ಗೋಚರಿಸಿದರೂ; ಅವರ ವ್ಯಕ್ತಿತ್ವದಲ್ಲಿ ಸ್ಥಾಯಿಯಾಗಿದ್ದುದು ವಾಲ್ಮೀಕಿ ಮತ್ತು ವ್ಯಾಸರ ವ್ಯಕ್ತಿತ್ವ. ಯಾಕೆಂದರೆ ನಮ್ಮೆಲ್ಲ ಕ್ಲಾಸಿಕ್ಸ್ ಬಗ್ಗೆ ಆ ವಿಧವಾದ ಗಾಢವಾದ ಅಧ್ಯಯನ ಶೀಲತೆಯನ್ನು ಹೊಂದಿದ್ದರು. ಅಧ್ಯಯನವೆಂಬುದು ವಿಶ್ವವ್ಯಾಪಕವಾಗಿರುವಂಥದ್ದು ಎಂಬ ಸೂಕ್ಷ್ಮ ಚಿಂತನೆ ಅವರಲ್ಲಿ ದಟ್ಟವಾಗಿತ್ತು. ಆದ್ದರಿಂದಲೇ ಅವರ ಮುಂದೆ ಕೂರುವಂಥ ಬಹುಪಾಲು ಹಿರಿಯ ಲೇಖಕರು ಮತ್ತು ವಿದ್ವಾಂಸರು; ಸಂದೇಹಗಳಿಂದ ಬಿಡುಗಡೆಯಾಗಲು ಈ ಗುರುವಿನ ಮುಂದೆ ಕೂತದ್ದನ್ನು ಕಂಡಿದ್ದೇನೆ. ಇಂಥದ್ದನ್ನು ನನ್ನ ಬದುಕಿನ ಕಾಲಮಾನದಲ್ಲಿ ಯಾರಲ್ಲೂ ಕಂಡಿಲ್ಲ. ಅಷ್ಟರ ಮಟ್ಟಿಗೆ ಸಮೃದ್ಧವಾದ ಜ್ಞಾನದ ಬಾಗಿಲುಗಳು ಅವರ ಮುಂದೆ ಕೂತಾಗ ಸ್ವಾಭಾವಿಕವಾಗಿಯೇ ತೆರೆದುಕೊಂಡುಬಿಡುತ್ತಿತ್ತು. ಹಾಗೆಯೇ ಯಾರಿಂದಲೂ ಒಂದು ಮೆಚ್ಚಿಗೆಯ ಮಾತನ್ನು ಎಂದೂ ಬಯಸಿದವರಲ್ಲ. ಈಗ ಅವರ ಗೈರುಹಾಜರಿಯಲ್ಲಿ ತಮ್ಮ ತಮ್ಮ ಬಗ್ಗೆ ಬರೆಸಿಕೊಳ್ಳಲು, ಸನ್ಮಾನ

ಮಾಡಿಸಿಕೊಳ್ಳಲು ಎಷ್ಟೋ ವೇದಿಕೆಗಳು ಹುಟ್ಟಿಕೊಂಡು ಬಿಟ್ಟಿವೆ. ಇಂಥದ್ದನ್ನೆಲ್ಲ ಅವರು ಎಷ್ಟು ಗುಮಾನಿಯಿಂದ ನೋಡುತ್ತಿದ್ದರು.

ಅವರು ಮೂಲಭೂತವಾಗಿ ಬಹಳ ಸಂಕೋಚ ಸ್ವಭಾವದವರು. ತಾವು ಗೌರವಿಸುವ ಲೇಖಕರಾಗಲಿ, ಕಲಾವಿದರಾಗಲಿ ಅಥವಾ ರಾಜಕಾರಣಿಗಳಾಗಲಿ ಕಿ.ರಂ. ಅವರನ್ನು ಕುರಿತು ಒಂದು ಒಳ್ಳೆಯ ಮಾತು ಹೇಳಿದರೆ; ನಾಚಿಕೆ ಮತ್ತು ಸಂಕೋಚದಿಂದ ಪುಟ್ಟ ಮಗುವಿನಂತೆ ಕುಗ್ಗಿ ಹೋಗುತ್ತಿದ್ದರು. ಇಂಥದ್ದನ್ನು ತಮ್ಮ ಸಂಪರ್ಕಕ್ಕೆ ಬಂದ ಬಹುಪಾಲು ಮಂದಿಯ ಮೇಲೆ ಪ್ರಭಾವ ಬೀರಿದ್ದಿದೆ. ಅತ್ಯಂತ ಸಾಮಾನ್ಯ ಮನುಷ್ಯನ ಮುಂದೆಯೂ ಎಷ್ಟು ವಿನಯವಂತರಾಗಿ ಬಿಡುತ್ತಿದ್ದರು. ಅವರ ಜೊತೆಯಲ್ಲಿ ಬೆಂಗಳೂರಿನ ಎಂತೆಂಥದೋ ಪ್ರದೇಶಗಳಲ್ಲಿ ಸುತ್ತಾಡಿದ್ದೇನೆ. ಅದು ತಿಂಡಿ ತಿನ್ನುವ ಕೇಂದ್ರಗಳಾಗಿರಬಹುದು, ಅಥವಾ ಸಾರ್ವಜನಿಕ ಪಾನೀಯ ಕೇಂದ್ರಗಳಾಗಿರಬಹುದು; ಅವರ ಸಂಪರ್ಕದ ತೆಕ್ಕೆಗೆ ಯಾರ್‍ಯಾರೋ ಸೇರಿಕೊಂಡು ಬಿಡುತ್ತಿದ್ದರು. ಹೊಸಬರು, ಹಳಬರು, ಎಲ್ಲರೂ ತಮ್ಮ ಸದಸ್ಯತ್ವವನ್ನು ಸಾಬೀತುಪಡಿಸಿ ಬಿಡುತ್ತಿದ್ದರು. ಇಂಥದ್ದೆಲ್ಲ ಒಬ್ಬ ವ್ಯಕ್ತಿಗೆ ಹೇಗೆ ಸಾಧ್ಯ? ಎಂಬ ಪ್ರಶ್ನೆ ಸಾಕಷ್ಟು ಬಾರಿ ಎದುರಾಗಿದೆ. ಕಾವ್ಯದ ಸಾಲುಗಳ ರೀತಿಯಲ್ಲಿಯೇ ಪರಿಚಯವಾದವರು; ಅವರ ನೆನಪಿನಲ್ಲಿ ಸ್ಮರಣೀಯರಾಗಿ ಉಳಿದು ಬಿಡುತ್ತಿದ್ದರು. ಈ ದೃಷ್ಟಿಯಿಂದ ಅವರೊಡನೆ ಬೆಂಗಳೂರಿನಲ್ಲಿ ಸುತ್ತಿದ ಮೂಲೆಮೂಲೆಗಳೆಲ್ಲ ನನಗೆ ಪಾರಂಪರಿಕ ಕೇಂದ್ರಗಳಾಗಿಬಿಟ್ಟಿವೆ. ಎಷ್ಟೋಬಾರಿ ನನಗೆ ನಾನೇ ಕೇಳಿ ಕೊಂಡಿದ್ದೇನೆ; ನಮ್ಮ ಕಾಲದ ಬಹುದೊಡ್ಡ ದಾಸ್ತೋವಸ್ಕಿ ವ್ಯಕ್ತಿತ್ವವನ್ನು ಶ್ರೀಮಂತಗೊಳಿಸಿಕೊಂಡವರು ಎಂದು. ಆದರೆ ದಾಸೋವಸ್ಕಿಯ ರೀತಿಯಲ್ಲಿ ಸೃಜನಶೀಲ ಬರವಣಿಗೆಯಲ್ಲಿ ಹೆಚ್ಚು ತೊಡಗಿಸಿಕೊಳ್ಳದಿದ್ದರೂ; ಬರಹಗಾರರನ್ನು, ಚಿಂತಕರನ್ನು ಬೆಳೆಸಿದರು. ಅದರೊಟ್ಟಿಗೆ ಸ್ವಾಭಿಮಾನವನ್ನು ಬಿತ್ತುತ್ತ ಹೋದರು.

ನನ್ನ ಅರಿವಿನ ಮಟ್ಟಿಗೆ ಈ ರೀತಿಯ ಬಹುಮುಖೀ ವ್ಯಕ್ತಿತ್ವ ಇದ್ದ ವ್ಯಕ್ತಿಯನ್ನು ಮತ್ತೆಲ್ಲಿಯೂ ಕಾಣಲು ಸಾಧ್ಯವಾಗಿಲ್ಲ. ಅವರಿಗೆ ಎಲ್ಲದಕ್ಕೂ ಸಮಯವಿತ್ತು. ಎಲ್ಲರ ಮಾತನ್ನು ಕೇಳಿಸಿಕೊಳ್ಳುವ; ಅದಕ್ಕೆ ಪ್ರತಿಕ್ರಿಯಿಸುವ ದಟ್ಟ ಮನೋಭಾವ ಸ್ಥಾಯಿಯಾಗಿತ್ತು. ಆದರೆ ಅತ್ಯಂತ ಕೃತಕವಾಗಿ ಎಡಬಿಡಂಗಿತನದ ಮಾತನ್ನು ಎಂದೂ ಗೌರವಿಸುತ್ತಿರಲಿಲ್ಲ. ಈ ಎಲ್ಲದರ ಮಧ್ಯೆ ಅತ್ಯಂತ ಸಾಮಾನ್ಯ ಜನ ತಪ್ಪುಗ್ರಹಿಕೆಯಿಂದ ಒಮ್ಮೊಮ್ಮೆ ಸಲ್ಲದ್ದನ್ನು ನುಡಿದರೆ; ಅದರ ಜಾಡು ಹಿಡಿದು; ಅವರ ಹಿನ್ನೆಲೆಯನ್ನು ಗ್ರಹಿಸಲು ಪ್ರಯತ್ನಿಸುತ್ತಿದ್ದರು. ಒಮ್ಮೆ ಇಂಥವರ ಕುರಿತು ಪ್ರತಿಕ್ರಿಯಿಸಿದಾಗ; ಬಹುಮುಖೀ ನೆಲೆಗಳನ್ನು ತಿಳಿಯಬೇಕಾದದ್ದು ಈ ರೀತಿಯಿಂದಲೇ ಅನ್ನುತ್ತಿದ್ದರು. ಜೊತೆಗೆ ನಮ್ಮಂಥ ಸಾಹಿತ್ಯದ ವಿದ್ಯಾರ್ಥಿಗಳಿಗೆ ಅವರ ನುಡಿಗಟ್ಟನ್ನು ಅರ್ಥೈಸಿಕೊಳ್ಳಲು ಸವಾಲೆಂದು ಸ್ವೀಕರಿಸಬೇಕು. ಹಾಗೆಯೇ ನಾವು ಓದಿದವರು, ನಿಮಗಿಂತ ಮೇಲು

ಎಂಬ ಕೀಳರಿಮೆಯನ್ನು ಯಾವುದೇ ಕಾರಣಕ್ಕೂ ಬೆಳೆಸಬಾರದು. ಯಾಕೆಂದರೆ ಒಬ್ಬೊಬ್ಬರ ಮನೋಲೋಕವು ವೈವಿಧ್ಯಮಯವಾಗಿ ಕೂಡಿರುತ್ತದೆ. ಸಾಮಾನ್ಯ ಜನ ತಮ್ಮೆಲ್ಲ ಅನುಭವವನ್ನು ಅಂತರಂಗದಲ್ಲಿಯೇ ಇಟ್ಟುಕೊಂಡು ಗುನುಗುನಿಸುತ್ತಿರುತ್ತಾರೆ. ಆದ್ದರಿಂದ ಯಾವಾಗಲೂ ಅವರು ಬಾಯಿಬಿಟ್ಟು ಮುಕ್ತವಾಗಿ ಮಾತಾಡಲು ಸ್ವಾತಂತ್ರ್ಯ ಕೊಡಬೇಕು. ಅದನ್ನು ಧನ್ಯತೆಯಿಂದ ಸ್ವೀಕರಿಸುವರು. ಹಾಗೆಯೇ ಮುಗ್ಧತೆಯ ಬುಗ್ಗೆಗಳು ರೂಪಕಾತ್ಮಕವಾಗಿ ಚಿಮ್ಮಲು ಸಾಧ್ಯವಾಗುವುದು ಎಂದು ಹೇಳಿದಾಗಲೆಲ್ಲ; ನಾನು ಪುಳಕಿತನಾಗಿದ್ದೇನೆ. ಪ್ರತಿಬಾರಿ ಕಿ.ರಂ. ಅವರನ್ನು ಸಂಧಿಸಿದಾಗಲೆಲ್ಲ ಅಮೂಲ್ಯವಾದದ್ದನ್ನು ಪಡೆದಿದ್ದೇನೆ ಎಂಬ ಭಾವಪೂರ್ಣತೆ ನನ್ನಲ್ಲಿ ಚೇತೋಹಾರಿಯಾಗುತ್ತಿತ್ತು. ಈ ಕಾರಣಕ್ಕಾಗಿಯೇ ನನ್ನ ಬಹುಪಾಲು 'ಕನಸಿಗೊಂದು ಕಣ್ಣು' ಅಂಕಣದ ಲೇಖನಗಳಲ್ಲಿ ಬಂದು ಹೋಗಿದ್ದಾರೆ.

ಕಿ.ರಂ. ಅವರು ಜನ ಸಾಮಾನ್ಯರ ಮುಂದೆ ಸೇದುತ್ತಿದ್ದ ಒಂದೊಂದು ಸಿಗರೇಟು, ಬೀಡಿಯೂ ಲೋಕೋತ್ತರವಾದ ನುಡಿಗಳನ್ನು ಹೊರಚೆಲ್ಲಿವೆ. ಆ ಸಾಮಾನ್ಯ ಜನಕ್ಕೂ ಸಿಗರೇಟು, ಬೀಡಿಕೊಟ್ಟು ಮಾತಿಗೆ ಮಣೆ ಹಾಕಿ ಕೂರುತ್ತಿದ್ದರು. ಆಗ ಆ ಸಿಗರೇಟು ಮತ್ತು ಬೀಡಿಗಳು ಯಾವ ವಿಧದಲ್ಲಿ ಸಂಪರ್ಕ ಸೇತುವೆಯಾಗಿ; ಮಾತಿನ ಮಾರ್ಮಿಕತೆಯನ್ನು ವಿಸ್ತರಿಸುತ್ತ ಹೋಗಬಹುದು ಎಂದು ಯೋಚಿಸಿದ್ದೇನೆ. ಈ ದೃಷ್ಟಿಯಿಂದ ಧೂಮಪಾನದ ಬತ್ತಳಿಕೆಯಿಂದ ಬರುವ ಒಂದೊಂದು ಮಾತನ್ನು ಹಾಗೂ ಮೌನದ ಕ್ಷಣಗಳನ್ನು ಬೇರೆಬೇರೆ ರೂಪದಲ್ಲಿ ನನ್ನೊಳಗೆ ಬಿಟ್ಟುಕೊಳ್ಳಲು ಪ್ರಯತ್ನಿಸಿದ್ದೇನೆ. ಹಾಗೆ ನೋಡಿದರೆ: ಯಾವ ಸಿಗರೇಟು ಬೀಡಿಯನ್ನು ಪೂರ್ಣಪ್ರಮಾಣದಲ್ಲಿ ಸೇದಿದ್ದನ್ನು ನಾನು ಎಂದೂ ಕಂಡಿಲ್ಲ. ಇದೇ ರೀತಿಯಲ್ಲಿ ಸರಪಳಿಯಂತೆ ಒಂದೇ ಸಮನೇ ಸೇದುತ್ತಿದ್ದ ಲಂಕೇಶ್ ಅವರನ್ನು ಅಬ್ದುಲ್ ನಜೀರ್‌ಸಾಬ್ ಹಾಗೂ ದೇವಿಕಾರಾಣಿಯವರಂಥ ಅದ್ಭುತ ಕಲಾವಿದೆಯನ್ನು ಕಂಡಿದ್ದೇನೆ. ದೇವಿಕಾರಾಣಿಯವರು ಅರ್ಧರ್ಧ ಸೇದಿ ಬಿಟ್ಟಿದ್ದ ಮೋಟು ಸಿಗರೇಟುಗಳಲ್ಲಿ ಅಂಟಿಕೊಂಡ ಆಕೆಯ ಲಿಪ್‌ಸ್ಟಿಕ್‌ನ ಪಳೆಯುಳಿಕೆಗಳ ಬಗ್ಗೆ ಈಗಾಗಲೇ ಬೇರೆ ಬೇರೆ ಸಂದರ್ಭದಲ್ಲಿ ವ್ಯಾಖ್ಯಾನಿಸಿಕೊಂಡಿದ್ದೇನೆ. ಅದರ ಬಗ್ಗೆ ಒಮ್ಮೆ ಕಿ.ರಂ. ಅವರು ಲಂಕೇಶ್ ಅವರ ಬಳಿ ಅತ್ಯಂತ ತುಂಟತನದಿಂದ ತಮಾಷೆಯಾಡಿದ್ದರು. ಆಗ ನಾನು ದೇವಿಕಾರಾಣಿ ಒಂದು ಕಾದಂಬರಿಗೆ ಅಥವಾ ಜೀವನ ಚರಿತ್ರೆಗೆ ಹೇಳಿ ಮಾಡಿಸಿದ ಶ್ರೀಮಂತ ಪಾತ್ರ ಎಂದು ಪ್ರತಿಕ್ರಿಯಿಸಿದ್ದೆ. ಜೊತೆಗೆ ಆಕೆಯ ಪತಿ ರೋರಿಚ್ ಮೌನಿಯಾಗಿ; ಪ್ರತಿಮೆಯ ರೀತಿಯಲ್ಲಿ ಕೂತಿದ್ದನ್ನು ಬಹಳಷ್ಟು ಬಾರಿ ನೋಡುವ ಅವಕಾಶವನ್ನು ಬೆಂಗಳೂರಿನ ಪ್ರಸಿದ್ಧ ಚಿತ್ರಕಲಾ ಪರಿಷತ್ತಿನ ರೂವಾರಿ ನಂಜುಂಡರಾವ್ ಅವರು ನನಗೆ ವ್ಯವಸ್ಥೆಮಾಡಿದ್ದರು. ಒಮ್ಮೆ ಲಂಕೇಶ್ ಅವರು ತಮ್ಮ ಆಫೀಸಿಗೆ ದೇವಿಕಾರಾಣಿಯವರನ್ನು ಮತ್ತು ರೋರಿಚ್ ಅವರನ್ನು ಕರೆಸಿಕೊಳ್ಳುವ

ಆಸೆಯನ್ನು ವ್ಯಕ್ತಪಡಿಸಿದ್ದರು. ಎಷ್ಟಾದರೂ ಆಕೆ ಭಾರತದ ಚಲನಚಿತ್ರ ಜಗತ್ತು ಮತ್ತು ಸಾಂಸ್ಕೃತಿಕ ಲೋಕವನ್ನು ಅತ್ಯಂತ ಸಮೃದ್ಧವಾಗಿ ಅನುಭವಿಸಿದವರಲ್ಲವೇ. ಈ ಸಿಗರೇಟಿಗೆ ಸಂಬಂಧಿಸಿದಂತೆ ಹೇಳೋದಾದರೆ ಲಂಕೇಶ್ ಅವರು ನಸೀರ್‌ಸಾಬ್ ಅವರ ಬಳಿ ಒಂದು ಸಂಜೆ ಸಂಭ್ರಮದ ಕ್ಷಣಗಳಲ್ಲಿ "ಶೂದ್ರ, ನನಗೆ ಸಿಗರೇಟು ಸೇದುವುದನ್ನು ಕಡಿಮೆ ಮಾಡಿ ಎಂದು ಹೇಳ್ತಾನೆ ಇರ್ತಾನೆ. ಅವರಪ್ಪನ ಮನೆಯಿಂದ ತಂದವನಂತೆ" ಎಂದಿದ್ದರು. ಅದಕ್ಕೆ ಕಿ.ರಂ. ಅವರು "ಅವನು ಬಿಡಿ ಸರ್, ಯಾರಿಗೆ ತಾನೇ ಹೇಳೋದಿಲ್ಲ" ಎಂದು ದನಿಗೂಡಿಸಿದಾಗ ನಜೀರ್‌ಸಾಬ್ ಅವರು ಅಭಿಮಾನದಿಂದ ನನ್ನ ಬೆನ್ನು ಸವರಿದ್ದರು. ಆದರೆ ಸುಮಾರು ಹತ್ತು ಪ್ಯಾಕುಗಳ ತನಕ ಸೇದುತ್ತಿದ್ದ ಲಂಕೇಶ್ ಅವರು ತಮಗೆ ಮೈಲ್ಡಾಗಿ ಸ್ಟ್ರೋಕ್ ಆದಾಗ; ಸಿಗರೇಟು ಮೊದಲೇ ಬಿಡಬೇಕಾಗಿತ್ತು ಎಂದು ಹೇಳಿದ್ದುಂಟು. ಅಡಿಗರನ್ನು ಬಹಳ ವರ್ಷಗಳ ನಂತರ ಕಿ.ರಂ. ಮತ್ತು ನಾನು ಲಂಕೇಶ್ ಅವರಿಗೆ ಭೇಟಿಮಾಡಿಸಿದಾಗ; ಭಾವನಾತ್ಮಕವಾಗಿ ಒಂದಷ್ಟು ನಿಮಿಷ ಇದರ ಬಗ್ಗೆಯೇ ಚರ್ಚೆಯಾಗಿತ್ತು. ಇರಲಿ, ಕಿ.ರಂ. ಅವರ ಚುಟ್ಟಲೋಕ ಮತ್ತು ತಂಬಾಕಿನ ವಿವಿಧ ಮಾದರಿಗಳು ಸಂಶೋಧನೆಯ ರೀತಿಯಲ್ಲಿ ವ್ಯಾಖ್ಯಾನಿಸಬೇಕಾಗುತ್ತದೆ. ಅವರ ಬಳಿ ಇದ್ದ ತರಾವರಿ ತಂಬಾಕಿನ ಪೈಪ್‌ಗಳೇ ಅದ್ಭುತವಾದದ್ದು. ಅವರು ಪೈಪ್‌ನ್ನ ಸಾರ್ವಜನಿಕವಾಗಿ ಎಂದೂ ಸೇದಿದವರಲ್ಲ. ಅಪರೂಪಕ್ಕೆ ಎಂದಾದರೂ ತುಂಬ ಪ್ರಫುಲ್ಲರಾಗಿದ್ದಾಗ ಸೇದುತ್ತಿದ್ದುಂಟು. ಇವೆಲ್ಲದರ ಮಧ್ಯೆ ಅವರು ಎಂದೂ ಸರಿಯಾಗಿ ಊಟಮಾಡಿದ್ದನ್ನು ನಾನಾಗಲಿ, ಅಥವಾ ಇತರೆ ಗೆಳೆಯರು ಕಂಡಿದ್ದಿಲ್ಲ. ಏನೋ ಕಾಟಾಚಾರಕ್ಕೆನ್ನುವಂತೆ ಸ್ವಲ್ಪ ತಿನ್ನುತ್ತಿದ್ದರು. ಆದರೆ ಎಲ್ಲರಿಗೂ ತಿನ್ನಿಸುವುದರಲ್ಲಿ ಸಂಭ್ರಮವನ್ನು ಕಾಣುತ್ತಿದ್ದರು. ಅಂಥ ಕಕ್ಕುಲತೆ ಅವರ ಅಂತಃಕರಣದಲ್ಲೇ ತುಂಬಿಕೊಂಡಿತ್ತು. ಈ ರೀತಿಯ ಮನಸ್ಥಿತಿ ಕಿ.ರಂ. ಅವರಿಗೆ ಅವರ ತಾಯಿಯವರಿಂದ, ತಂದೆಯವರಿಂದ ಅಥವಾ ಒಟ್ಟು ಕುಟುಂಬದ ಹಿನ್ನೆಲೆಯಿಂದ; ಬಾಲ್ಯಕಾಲದ ಬಳುವಳಿಯಾಗಿ ಬಂದದ್ದೋ ಗೊತ್ತಿಲ್ಲ. ಅವರ ತಂದೆಯವರನ್ನಂತೂ ಸ್ವಲ್ಪ ಮಟ್ಟಿಗೆ ಬಲ್ಲೆ. ಸಾಕಷ್ಟು ಕಾಲವನ್ನು ಅವರೊಟ್ಟಿಗೆ ಕಳೆದಿರುವೆ. ಅತ್ಯಂತ ಮಿತಭಾಷಿ. ತಂದೆ ಮಗನ ಜೊತೆ ಎಂದೋ ಅಪರೂಪವಾಗಿ ಒಂದೆರಡು ಮಾತುಗಳ ಸಂಭಾಷಣೆಯನ್ನು ಕೇಳಿಸಿಕೊಂಡಿದ್ದೇನೆ. ಆದರೆ ಊರಿನಿಂದ ಬಂದಾಗಲೆಲ್ಲ ಸೊಸೆಯ ಬಳಿ ಹೆಚ್ಚು ಆರಾಮವಾಗಿದ್ದುದನ್ನು ಕಂಡಿದ್ದೇನೆ. ವಿಜಯಲಕ್ಷ್ಮಿ ಮೇಡಂ ಅವರೂ ಅಷ್ಟೇ ನಿಜವಾಗಿಯೂ ಅನ್ನಪೂರ್ಣೆಯಾಗಿದ್ದರು. ಸಾಹಿತ್ಯ ಮತ್ತು ಸಂಸ್ಕೃತಿ ಹಿನ್ನೆಲೆಯಿಂದ ಬಂದವರೆಂದರೆ ಎಲ್ಲಿಲ್ಲದ ಅಭಿಮಾನ. ಅತ್ಯಂತ ಧಾರಾಳದ ಹೆಂಗಸು. ಹಾಗೆಯೇ ಗಟ್ಟಿ ಮನಸ್ಸಿನವರು. ಹಾಗೆ ನೋಡಿದರೆ ಕಿ.ರಂ. ಅವರ ಕೆಲವು ವಕ್ರಬುದ್ಧಿಗಳನ್ನು ಸಾಕಷ್ಟು ಸಹಿಸಿದ್ದಾರೆ. ಅದರ ಬಗ್ಗೆ ನಿರ್ದಾಕ್ಷಿಣ್ಯವಾಗಿ ವರ್ತಿಸಿದ್ದಾರೆ. ಆದರೂ ನಮ್ಮ ಮನೆಯ ತುಂಟ ಹುಡುಗ ಕಿ.ರಂ. ಅವರು ಎಂದು ಗಂಡನ ಬಗ್ಗೆ ಎಲ್ಲಿಲ್ಲದ ಅಭಿಮಾನ.

ಕಿ.ರಂ. ಅವರ ಒಟ್ಟು ವ್ಯಕ್ತಿತ್ವವೇ ಬಹುಮುಖೀ ನೆಲೆಗಳಿಂದ ಆವರಿಸಿಕೊಂಡಿತ್ತು. ಎಂತೆಂಥ ಹಿನ್ನೆಲೆಯ ತರಾವರಿ ಜನ ಬರುತ್ತಿದ್ದರು. ಹಿಂದೆ ಪ್ರಸ್ತಾಪಿಸಿದಂತೆ ಎಲ್ಲರ ಮಾತನ್ನು ಕೇಳಿಸಿ ಕೊಳ್ಳುತ್ತಿದ್ದರು. ಮಾರ್ಗದರ್ಶನ ನೀಡುತ್ತಿದ್ದರು. ಕರಪತ್ರಗಳಿಗೆ ಮಾಹಿತಿಯನ್ನು ನೀಡುತ್ತಿದ್ದರು. ಜೊತೆಗೆ ಸ್ವಲ್ಪ ಧನಸಹಾಯವನ್ನು ಮಾಡಿ ಕಳಿಸುತ್ತಿದ್ದರು. ಕರ್ನಾಟಕದ ಉದ್ದಗಲದಿಂದ ಬರುತ್ತಿದ್ದರು. ಅವರೆಲ್ಲ ಕಿ.ರಂ. ಅವರ ಮಾತು ಮತ್ತು ಸಾನ್ನಿಧ್ಯವನ್ನು ಧನ್ಯತೆಯಿಂದ ಪಡೆದು ಹೋಗುತ್ತಿದ್ದರು. ಇಷ್ಟರ ಮಟ್ಟಿನ ಹೃದಯವಂತಿಕೆಯಿಂದ ಕೂಡಿದ ಸಾರ್ವಜನಿಕ ವ್ಯಕ್ತಿಯನ್ನು ದೀಪ ಹಿಡಿದು ಹುಡುಕಿದರೂ ನಮ್ಮ ಸಾಹಿತ್ಯ ಹಾಗೂ ಸಂಸ್ಕೃತಿಯ ವಲಯದಲ್ಲಿ ಸಿಗುವುದಿಲ್ಲ. ಅಂಥ ಜೀವನ್ಮುಖಿ ಚಿಂತಕರಾಗಿದ್ದರು.

ತಾವೇ ಸ್ವತಃ ಘೋಷಣೆಗಳನ್ನು ಕೂಗದಿದ್ದರೂ; ಬಹಳಷ್ಟು ಬಾರಿ ಅಂಥ ಘೋಷಣೆಗಳ ವಾರಸುದಾರರಾಗಿ ಕೆಲಸ ಮಾಡಿದ್ದಾರೆ. ಅಷ್ಟರಮಟ್ಟಿಗೆ ಜನಪರ ಕಾಳಜಿಯನ್ನು ಹೊಂದಿದ್ದವರು. ಅವರು ಎಂದೂ ಸಿದ್ಧಾಂತಗಳ ಬಗ್ಗೆ ಮಾತಾಡಿಲ್ಲ. ಆದರೆ ಆ ಎಲ್ಲಾ ಸ್ಕೂಲ್ ಆಫ್ ಥಾಟ್‌ಗಳ ಸಿದ್ಧಾಂತ ನಮ್ಮ ಅರಿವಿಗೆ ಬರುವಂತೆ ನಮ್ಮನ್ನು ಎಚ್ಚರದಿಂದ ಕಾಪಾಡಿದ್ದಾರೆ. ಯಾಕೆಂದರೆ, ಒಂದು ಬಹುದೊಡ್ಡ ಸಾಮಾಜಿಕ ವ್ಯವಸ್ಥೆಯಲ್ಲಿ ತೆರೆದ ಮನಸ್ಸಿನವರಾಗದಿದ್ದರೆ; ನಮ್ಮ ಒಟ್ಟು ಆಲೋಚನಾ ಕ್ರಮ ಸಂಕುಚಿತತೆಯಿಂದ ಕೂಡಿರುತ್ತದೆ ಎಂಬುದನ್ನು ಗಾಢವಾಗಿ ನಂಬಿದ್ದರು. ಆದ್ದರಿಂದಲೇ ಅವರ ಮನೆ ಬಹುತ್ವಕ್ಕೆ ಸಂಬಂಧಿಸಿದ ಬಹುದೊಡ್ಡ ಶಾಲೆಯಂತಿತ್ತು. ಅದನ್ನು ವಿಸ್ತರಿಸುವ ಅಥವಾ ಶ್ರೀಮಂತಗೊಳಿಸುವ ಎಲ್ಲಾ ಮೂಲದ ಸಾಹಿತ್ಯದ ಪರಿಕರಗಳು; ಅವರು ಕೂತ ಜಾಗದಲ್ಲಿಯೇ ಚೆಲ್ಲಾಪಿಲ್ಲಿಯಾಗಿ ನಮ್ಮನ್ನು ರೆಫರ್ ಮಾಡಿ ಎನ್ನುವಂತಿದ್ದವು. ಯಾವುದನ್ನೇ ಆಗಲಿ ಪರಕೀಯವಾಗಿ ಭಾವಿಸದೆ; ಎಲ್ಲವೂ ನಮ್ಮ ಅರಿವಿಗಾಗಿ ಹಾಗೂ ಅನುಭೋಗಕ್ಕಾಗಿ ಸೇರಿರುವಂಥದ್ದು; ಜೀವನದ ಉತ್ತುಂಗಕ್ಕೆ ಅರ್ಥ ಬರುವುದು ಆಗಲೇ ಎಂದು ಭಾವಿಸಿದ್ದರು.

ಈ ನೆಲೆಯಲ್ಲಿ ನಾನಂತೂ ನಾನಾ ವಿಧದಲ್ಲಿ ಅವರಿಗೆ ಉಪಕೃತನಾಗಿರ ಬೇಕಾಗಿರುತ್ತದೆ. ಅಷ್ಟರಮಟ್ಟಿಗೆ ಕಿ.ರಂ. ಅವರ ಸಂಪರ್ಕ ಮತ್ತು ಸಾನಿಧ್ಯ ನನಗೆ ದೊರಕಿಸಿಕೊಟ್ಟಿದೆ. ಅದರಲ್ಲೂ ಮುಖ್ಯವಾಗಿ ಓದಿನ ಬಗ್ಗೆ ಮತ್ತು ಆಲಿಸಿಕೊಳ್ಳುವುದರ ಬಗ್ಗೆ ದಟ್ಟವಾದ ಶ್ರದ್ಧೆಯನ್ನು ಬೆಳೆಸಿಕೊಳ್ಳಲು ಸಾಧ್ಯವಾಗಿದೆ. ಅವರ ಸಂಪರ್ಕಕ್ಕೆ ಬಂದ ಯಾರೇ ಆಗಲಿ, ಪುಸ್ತಕ ಸಂಸ್ಕೃತಿಯಿಂದ ಹೊರಗುಳಿಯಲು ಸಾಧ್ಯವಿರಲಿಲ್ಲ. ಹಾಗೆಯೇ ಪಾರಂಪರಿಕ ಸ್ಥಳಗಳ ಕುರಿತು ಒಲವು ಬೆಳೆಸಿಕೊಳ್ಳಲು ಸಹಕಾರಿಯಾಗಿದೆ. ಒಂದು ದೃಷ್ಟಿಯಿಂದ ಇಂಥದ್ದನ್ನೆಲ್ಲ ಅರಿಯಲು ಅವರ ಮನೆ ನಮ್ಮಂಥವರಿಗೆ ನಿಜದ ನೆಲೆಯಲ್ಲಿ ಅನುಭವ ಮಂಟಪದಂತೆ ಪ್ರತಿಕ್ಷಣವೂ ಗೋಚರಿಸುತ್ತಿತ್ತು. ಕಿ.ರಂ. ಅವರ ನೆನಪಿನ ಶಕ್ತಿ ಅಗಾಧವಾದದ್ದು. ಅದು ಕೇವಲ ಕಾವ್ಯಕ್ಕೆ ಸಂಬಂಧಿಸಿದಂತೆ

ಮಾತ್ರವಲ್ಲ. ತತ್ವಶಾಸ್ತ್ರದ ವಿಚಾರದಲ್ಲೂ ಇಂತಿಂಥ ಕೃತಿಯಲ್ಲಿ; ಇಂತಿಂಥ ವಿದ್ವಾಂಸರು ಹೀಗೆ ಪ್ರತಿಕ್ರಿಯಿಸಿದ್ದಾರೆ ಎಂದು ಆ ಕ್ಷಣದಲ್ಲಿಯೇ ಹೇಳುವಂತಿದ್ದರು. ಇಂಥದ್ದೇ ದ್ರಷ್ಟಾರತೆ ಡಿ.ಆರ್. ನಾಗರಾಜ್‌ಗೂ ಇತ್ತು. ಇವರಿಬ್ಬರ ಒಡನಾಟ ಕೆಲವು ಅಮೂಲ್ಯ ಸಂಗತಿಗಳನ್ನು ಕಲಿಸಿದೆ. ಅದರಲ್ಲೂ ಇವರಿಬ್ಬರೂ ಸೇರಿದಾಗ; ನಡೆಯುತ್ತಿದ್ದ ಸಂವಾದವೇ ಮಹೋನ್ನತವಾದದ್ದು. ಇದರ ಹಿನ್ನೆಲೆಯನ್ನಿಟ್ಟುಕೊಂಡು ಬೇರೆ ಬೇರೆ ವಿಧವಾದ ಚರ್ಚೆ ಸಂವಾದ ಮತ್ತು ವಿಚಾರ ಸಂಕಿರಣಗಳನ್ನು 'ಶೂದ್ರ'ದ ಮೂಲಕ ನಡೆಸಲು ಸಹಕಾರಿಯಾಗಿದ್ದರು. ಇಷ್ಟಾದರೂ ಅವರಿಂದ ಒಂದು ಲೇಖನ ಬರೆಸಬೇಕಾದರೆ ಎಷ್ಟು ಕಷ್ಟವಾಗುತ್ತಿತ್ತು. ಆದರೂ 'ಶೂದ್ರ'ಕ್ಕೆ ಒಂದಷ್ಟು ಬರೆಸಿದ್ದೆ. ಇದಕ್ಕಿಂತ ಮೊದಲು ನಾನು 'ಮುಕ್ತ' ಎಂಬ ವಾಗ್ವಾದಗಳ ತಿಂಗಳ ಪತ್ರಿಕೆಗೆ ಉಪ ಸಂಪಾದಕನಾಗಿದ್ದೆ. ಆಗ ಕಿ.ರಂ. ಅವರು ಬೆಂಗಳೂರಿನ ನ್ಯಾಷನಲ್ ಕಾಲೇಜಿನಲ್ಲಿ ಅಧ್ಯಾಪಕರಾಗಿದ್ದರು. ಬೆಂಗಳೂರು ವಿಶ್ವವಿದ್ಯಾಲಯದ ಕನ್ನಡ ವಿಭಾಗಕ್ಕೆ ಹೋಗಿರಲಿಲ್ಲ. 'ಮುಕ್ತ'ದ ಸಂಪಾದಕರಾಗಿದ್ದ ಪ್ರಸನ್ನ ಅವರು ಕಿ.ರಂ. ಅವರಿಂದ ಲೇಖನ ಪಡೆಯಲೇಬೇಕು ಎಂದು ಆಜ್ಞೆ ಮಾಡಿಬಿಡುತ್ತಿದ್ದರು. ಆಗ ನಾನೆಲ್ಲೋ ಪಾಠ ಮಾಡುತ್ತಿದ್ದು; ಬಿಡುವು ಮಾಡಿಕೊಂಡು ಕಿ.ರಂ. ಅವರಿಂದ ಲೇಖನ ಪಡೆಯಲು ಹೋಗುತ್ತಿದ್ದೆ; ಅವರು ಕೊಟ್ಟ ಟೈಮ್‌ಗೆ, ಅವರು ಬರೆಯುತ್ತಿರಲಿಲ್ಲ. ಡಿಕ್ಟೇಟ್ ಮಾಡುತ್ತಿದ್ದರು. ಅದನ್ನು ಕಾಗದದ ಮೇಲೆ ಕಷ್ಟಪಟ್ಟು ಇಳಿಸಬೇಕಾಗುತ್ತಿತ್ತು. ಯಾಕೆಂದರೆ, ಒಂದು ಪುಟದ ಲೇಖನಕ್ಕೆ ಎಷ್ಟೋ ಬಾರಿ ಸುತ್ತಬೇಕಾಗಿರುತ್ತಿತ್ತು. ಇಂಥದ್ದನ್ನು ಕರ್ನಾಟಕದ ಬಹುಪಾಲು ಮಂದಿ ಅನುಭವಿಸಿರಬಹುದು. ಆದರೂ ಕಿ.ರಂ. ಅವರ ಮುಗ್ಧತೆ, ನಿರ್ದಾಕ್ಷಿಣ್ಯತೆ, ಹೃದಯವಂತಿಕೆ, ಅವರ ಬಳಿಗೆ ಕರೆಸಿಕೊಳ್ಳುವ ಅಪೂರ್ವ ಆಕರ್ಷಕ ವ್ಯಕ್ತಿತ್ವವನ್ನು ಹೊಂದಿದ್ದರು. ಅದನ್ನು ಶ್ರೀಮಂತಗೊಳಿಸುವಂತೆ; ತರಾವರಿ ತಿಂಡಿಗಳಾದ ಚಕ್ಕಲಿ, ನಿಪ್ಪಟ್ಟು, ಬರ್ಫಿ, ಕೊಬ್ಬರಿ ಮಿಠಾಯಿ, ಮುಂತಾದುವು ಡಬ್ಬಗಳಲ್ಲಿ ಪುಸ್ತಕಗಳ, ಕ್ಯಾಸೆಟ್‌ಗಳ ಮತ್ತು ಸಿ.ಡಿ.ಗಳ ಮಧ್ಯೆ ಇರುತ್ತಿತ್ತು. ಜೊತೆಗೆ ನಶ್ಯದ ಡಬ್ಬಿಗಳು, ಇವೆಲ್ಲವೂ ಅವರ ಬದುಕಿನ ಅವಿಭಾಜ್ಯ ಪರಿಕರಗಳಾಗಿದ್ದುವು.

ಎಷ್ಟೋ ಬಾರಿ ನನಗೆ ನಾನೇ ಕೇಳಿಕೊಂಡಿರುವೆ; ಬದುಕಿನ ಸಮೃದ್ಧತೆಯಲ್ಲಿ ಇವೆಲ್ಲ ಪೂರಕವಾದಂಥವೇ ಎಂದು. ಬಾಯಿರುಚಿ, ಮನಸ್ಸಿನ ರುಚಿ ನಾನಾ ವಿಧವಾದ ಒಳದಾರಿಗಳನ್ನು ಹುಡುಕಿಕೊಂಡಿರುತ್ತದೆ. ಅದರ ಆಶೋತ್ತರಗಳಿಗೆ ಕೊನೆಮೊದಲೆಂಬುದು ಇರುವುದೇ ಇಲ್ಲ. ಹಾಗೆಯೇ ದೇಹ ಬಯಸುವ ಅದಕ್ಕೆ ಮನಸ್ಸು ಪ್ರೇರೇಪಿಸುವ ಲೈಂಗಿಕ ವಿವಿಧ ಆಯಾಮಗಳನ್ನು ಕುರಿತು ಸಾಕಷ್ಟು ಚಿಂತಿಸಿದವರು. ಈ ನೆಲೆಯಲ್ಲಿ ಕನ್ನಡದ ಸಂಸ್ಕೃತಿಯ ಸಂದರ್ಭದಲ್ಲಿ ವಾತ್ಸಾಯನನ 'ಕಾಮಸೂತ್ರ' ಹಾಗೂ ಪಂಡಿತ್ ಕೊಕ್ಕೋಕನ 'ಕೋಕಶಾಸ್ತ್ರ'ದ ಬಗ್ಗೆ ಸಾಕಷ್ಟು ಅಧ್ಯಯನ ಮಾಡಿ ಕೃತಿಗಳನ್ನು ರಚಿಸಿರುವ ಶ್ರೀಧರಮೂರ್ತಿಯವರ ಜೊತೆಯಲ್ಲಿ

ಎಂತೆಂಥ ಸಂವಾದಗಳಿಗೆ ಭಾಗಿಯಾಗಿದ್ದರು. ಶ್ರೀಧರಮೂರ್ತಿಯವರು 'ಪ್ರಜಾವಾಣಿ'ಯಲ್ಲಿ ದುಡಿಯುತ್ತಿದ್ದರೂ; ಅವರು ಸದಾ ಚಿಂತಿಸುತ್ತಿದ್ದುದು; ಕಾಮ ಹಾಗೂ ಲೈಂಗಿಕತೆಯ ಅನನ್ಯತೆಯನ್ನು ಕುರಿತು. ಅಚ್ಚರಿಯ ಸಂಗತಿಯೆಂದರೆ; ಶ್ರೀಧರಮೂರ್ತಿಯವರು ಅತ್ಯಂತ ಉದ್ದಾಮ ಪಂಡಿತರಾಗಿದ್ದವರು. ಅಂಥವರೂ ಕೂಡ ಕಿ.ರಂ. ಅವರ ಬಳಿ ಬಂದು ಅವರ ಸಲಹೆ ಸೂಚನೆಗಳನ್ನು ಪಡೆಯುತ್ತಿದ್ದರು. ಇದಕ್ಕೆಲ್ಲ ಆಕಸ್ಮಿಕವೆನ್ನುವಂತೆ ನಾನೂ ಸಾಕ್ಷೀಭೂತನಾಗಿರುತ್ತಿದ್ದೆ. ಈ ಚೌಕಟ್ಟಿನಲ್ಲಿ ಕಿ.ರಂ. ಅವರು ತುಂಬಾ ಅತೃಪ್ತ ಕಾಮಿಯಾಗಿದ್ದರು. ಕೆಲವೊಮ್ಮೆ ಅದರ ಪ್ರಯೋಗಶೀಲತೆ ತೀವ್ರವೇನೋ ಅನ್ನಿಸಿಬಿಡುವ ಮಟ್ಟಿಗೆ ಹೋಗುತ್ತಿತ್ತು. ಆದರೆ ಅವರ ಒಟ್ಟು ವ್ಯಕ್ತಿತ್ವದಲ್ಲಿಯೇ ಬಹು ದೊಡ್ಡ ಸಂತನ ಗುಣವಿದ್ದುದರಿಂದ; ಯಾರೂ ಅದನ್ನು ಕ್ಷುಲ್ಲಕವಾಗಿ ನೋಡಲು ಪ್ರಯತ್ನಿಸುತ್ತಿರಲಿಲ್ಲ. ಮುಂದೆ ಶ್ರೀಧರಮೂರ್ತಿಯವರ ನಿಧನದ ನಂತರ ಅವರ ಮಗ ಶ್ರೀಹರ್ಷ ಅವರು ತಂದೆಯ ಸಂಶೋಧನೆ ಮತ್ತು ಚಿಂತನೆಯನ್ನು ಮುಂದುವರಿಸಿದರು. ಒಮ್ಮೆಯಂತೂ ಕಿ.ರಂ. ಅವರೊಡನೆ ಹರ್ಷ ಅವರು ಪಂಡಿತ ಕೊಕ್ಕೋಕನ ಕಾಮಸೂತ್ರವನ್ನು ಕೇಂದ್ರವಾಗಿಟ್ಟುಕೊಂಡು ಬಹುದೀರ್ಘ ಸಂವಾದಕ್ಕೊಳಗಾಗಿದ್ದರು. ಶ್ರೀಹರ್ಷ ಅವರು 'ಕನ್ನಡಪ್ರಭ'ದಲ್ಲಿ ಕೆಲಸ ಮಾಡುತ್ತಿದ್ದರು; ಕೆಲವು ವರ್ಷ 'ರತಿವಿಜ್ಞಾನ' ಎಂಬ ನಿಯತಕಾಲಿಕೆಯನ್ನು ತರುವಾಗ; ಕಿ.ರಂ. ಅವರ ಸಲಹೆ ಸೂಚನೆಗಳನ್ನು ಸಾಕಷ್ಟು ಪಡೆದಿದ್ದರು. ಅದಕ್ಕೆ ಕಥೆಗಾರ ಹಾಗೂ ಸೂಕ್ಷ್ಮ ಪ್ರಜ್ಞೆಯ ಪತ್ರಕರ್ತ ಸೂ. ರಮಾಕಾಂತ ಅವರು ಹರ್ಷ ಅವರಿಗೆ ಮಾರ್ಗದರ್ಶಕರಾಗಿದ್ದರು. ಲೈಂಗಿಕತೆ ಮತ್ತು ಕಾಮಕ್ಕೆ ಸಂಬಂಧಿಸಿದಂತೆ ನಮ್ಮ ಓದುಗವಲಯದ ಬಹುಪಾಲು ಮಂದಿ ಗುಮಾನಿ ಮತ್ತು ಪೂರ್ವಗ್ರಹಗಳಿಂದ ಕೂಡಿದ್ದ ದಿನಗಳಲ್ಲಿ ಕಿ.ರಂ. ಅಂಥವರು ಅದನ್ನು ಆರೋಗ್ಯಪೂರ್ಣ ಮನಸ್ಥಿತಿಯಿಂದ ನೋಡುವಂತೆ ಮಾಡಿದ್ದಾರೆಂಬುದು ಮಹತ್ವಪೂರ್ಣವಾದದ್ದು.

ಕನ್ನಡ ಸಾಹಿತ್ಯ ಸಂದರ್ಭದ ಅಪರೂಪದ ಕವಿ, ಚಿಂತಕ ಮತ್ತು ಸಂಶೋಧಕರಾದ ಪ್ರೊ. ಬಿಳಿಗಿರಿಯವರೊಡನೆ ಇದೇ ವಿಷಯಕ್ಕೆ ಸಂಬಂಧಿಸಿದ ಸಂವಾದವು ನನ್ನನ್ನು ನಾನಾ ವಿಧವಾದ ಒಳನೋಟಗಳಿಗೆ ಅವಕಾಶಮಾಡಿಕೊಟ್ಟಿದೆ. ಅತ್ಯಂತ ಗಂಭೀರ ಮನಸ್ಸುಗಳು ಎಲ್ಲವನ್ನು ಸೂಕ್ಷ್ಮವಾಗಿ ನೋಡುವುದರ ಜೊತೆಗೆ ಆತ್ಮೀಯವಾಗಿ ಗ್ರಹಿಸುವ ಪ್ರಕ್ರಿಯೆಯನ್ನು ವಿಸ್ತರಿಸುತ್ತಾರೆಂಬುದು ಮಹತ್ವಪೂರ್ಣವಾದದ್ದು. ಇದೇ ಸಮಯದಲ್ಲಿ ಶಿವರಾಮ ಕಾರಂತರ ಮಹತ್ವಪೂರ್ಣ ಕಾದಂಬರಿಯಾದ 'ಮೈಮನಗಳ ಸುಳಿಯಲ್ಲಿ' ಕುರಿತು ತಮ್ಮ ಕೆಲವು ವಿದ್ಯಾರ್ಥಿಗಳಿಗೆ ವಾಖ್ಯಾನಿಸುತ್ತಿದ್ದುದನ್ನು ಕಂಡು ಪುಳಕಿತನಾಗಿದ್ದೆ. ಮನುಷ್ಯ ಸಂಬಂಧಗಳ ಒಳನೋಟಗಳು ಅಲ್ಲಿ ಅಕ್ಷರಮಟ್ಟಿಗೆ ಗಾಢಗೊಂಡಿದ್ದುವು. ಆ ಸಂದರ್ಭದಲ್ಲಿ ಅವರು 'ಅನ್ನಾ ಕರೇನಿನಾ' ದಂಥ ಜಗತ್ತಿನ ಶ್ರೇಷ್ಠ ಕಾದಂಬರಿಯ ಸೂಕ್ಷ್ಮಗಳು ಪ್ರೀತಿ, ಪ್ರೇಮ, ಕಾಮ ಮುಂತಾದವುಗಳ ನೆಲೆಯಲ್ಲಿ

ಹೇಗೆ ಗಾಢಗೊಂಡಿದೆ ಎಂಬುದನ್ನು ಮಾರ್ಮಿಕವಾಗಿ ವಿಸ್ತರಿಸಿದ್ದರು. ಹಾಗೆ ನೋಡಿದರೆ; ಅತ್ಯಂತ ಸೂಕ್ಷ್ಮ ಸಂವೇದನೆಯ ಕವಿಯಾಗಿದ್ದ ಗಂಗಾಧರ ಚಿತ್ತಾಲ ಅವರ 'ಕಾಮಸೂತ್ರ' ಕವಿತೆಯನ್ನು ನಾನಾ ಸಂದರ್ಭಗಳಲ್ಲಿ ವ್ಯಾಖ್ಯಾನಿಸಿದ್ದಾರೆ. ಅದರಲ್ಲೂ ಲಂಕೇಶ್ ಅವರು 'ಅಕ್ಷರ ಹೊಸ ಕಾವ್ಯ'ದಂಥ ಕವಿತೆಯ ಆಂಥಾಲಜಿಯನ್ನ ಸಂಪಾದಿಸುವಾಗ; ಈ ಕವಿತೆ ಕುರಿತು ಸಾಕಷ್ಟು ಚರ್ಚಿಸಿದ್ದರು. ಜೊತೆಗೆ ಇದೇ ಕೃತಿಯ ಮರು ಮುದ್ರಣದ ಸಮಯದಲ್ಲಿ ಗೋಪಾಲಕೃಷ್ಣ ಅಡಿಗರ 'ಚಿಂತಾಮಣಿಯಲ್ಲಿ ಕಂಡ ಮುಖ' ಕವಿತೆಯ ಕುರಿತು ಆತ್ಮೀಯವಾದ ಚರ್ಚೆಯಾಗಿತ್ತು. ಯಾಕೆಂದರೆ ಪ್ರೀತಿ ಪ್ರೇಮದ ಚೌಕಟ್ಟಿನಲ್ಲಿ ಅದೊಂದು ಶ್ರೇಷ್ಠ ಕವಿತೆಯೆಂದು.

ಇದೇ ಕಾಲಘಟ್ಟದಲ್ಲಿ ಒಂದು ವಿಚಿತ್ರ ಘಟನೆ ನಡೆಯಿತು. ಕುಸುಮಾ ಶಾನ್‌ಬಾಗ್ ಎಂಬ ಉತ್ತಮ ಕಥೆಗಾರ್ತಿ ಮತ್ತು ಪತ್ರಕರ್ತೆ ಕಾಲ್‌ಗರ್ಲ್ಸ್ ಮತ್ತು ಲೈಂಗಿಕ ಕಾರ್ಯಕರ್ತೆಯರ ಬಗ್ಗೆ ಸಾಕಷ್ಟು ತನ್ಮಯತೆಯಿಂದ ಕೆಲಸ ಮಾಡುತ್ತಿದ್ದರು. ಅವರು ನೂರಾರು ಮಂದಿ ಕಾಲ್‌ಗರ್ಲ್ಸ್‌ನ್ನ ಸೇರಿಸಿ ಬೆಂಗಳೂರಿನ ಪುರಭವನದ ಬಳಿ ಪೋಲೀಸರಿಂದ ಮತ್ತು ಬೇರೆ ಮಾಫಿಯಾದವರಿಂದ ಯಾವ ರೀತಿಯ ತೊಂದರೆಯಾಗುತ್ತಿದೆಯೆಂದು ತಿಳಿಸಬೇಕಾಗಿತ್ತು. ಅವರನ್ನು ಬೆಂಬಲಿಸಿ ಮಾತಾಡಲು ಬೇರೆ ಸಂಘಟನೆಗಳ ಜೊತೆಗೆ ನನ್ನನ್ನೂ ಕರೆದಿದ್ದರು. ಆಗ ನಾನು ಮಾತಾಡುವಾಗ; ಹಿಂದೆ ಗರುಡಾಚಾರ್ ಅವರು ಪೊಲೀಸ್ ಕಮೀಷನರ್ ಆಗಿದ್ದ ಕಾಲದಲ್ಲಿ ಕೆಲವು ಲೈಂಗಿಕ ಕಾರ್ಯಕರ್ತೆಯರ ತಲೆಬೋಳಿಸಿ ಮೆರವಣಿಗೆ ಎನ್ನುವ ರೀತಿಯಲ್ಲಿ ಸಾರ್ವಜನಿಕರ ಮುಂದೆ ಸೆಂಟ್ರಲ್ ಜೈಲಿಗೆ ಕರೆದುಕೊಂಡು ಹೋಗಿದ್ದರು. ಇದನ್ನು ನಾನು ಪ್ರತಿಭಟಿಸಿ 'ಶೂದ್ರ' ದಲ್ಲಿ ಬರೆದಿದ್ದೆ. ಮುಖ್ಯವಾಗಿ ಸೌಂದರ್ಯವಿರುವುದೇ ಕೂದಲು ಮೂಲಕ. ಅದನ್ನೇ ಕಿತ್ತುಕೊಂಡರೆ ಅತ್ಯಂತ ಅನಾಗರೀಕವಾದದ್ದು ಎಂದಿದ್ದೆ. ಇದಕ್ಕೆ ಗರುಡಾಚಾರ್ ಅವರು ಕೆಟ್ಟದಾಗಿ ಪ್ರತಿಕ್ರಿಯಿಸಿದ್ದರು. ಆಗ ಕಿ.ರಂ. ಅವರು ನನ್ನನ್ನು ಬೆಂಬಲಿಸಿ ಕೆಲವು ಕಡೆ ಮಾತಾಡಿದ್ದರು. ಇದೆಲ್ಲವನ್ನು ದೃಷ್ಟಿಯಲ್ಲಿಟ್ಟುಕೊಂಡು ಕುಸುಮಾ ಅವರು ಸಂಘಟಿಸಿದ್ದ ಕಾರ್ಯಕ್ರಮದಲ್ಲಿ ಮಾತಾಡಿದ್ದೆ. ಕುಸುಮಾ ಅವರು ಈ ಸಮಸ್ಯೆ ಕುರಿತೇ ಒಂದು ಅತ್ಯುತ್ತಮ ಕೃತಿಯನ್ನು ಸಿದ್ಧಪಡಿಸಿದ್ದರು. ಅದನ್ನು ಕಿ.ರಂ. ಅವರ ಬಳಿಯೂ ಚರ್ಚಿಸಿದ್ದರು. ಆದರೆ ಮೈಸೂರಿನ ಮಹನೀಯ ಪ್ರಕಾಶಕರೊಬ್ಬರು ಅವರಿಂದ ಪಡೆದು; ಪ್ರಕಟಿಸದೆ ಕಳೆದು ಹೋಯಿತೆಂದು ಹೇಳಿಬಿಟ್ಟರು. ಈ ವ್ಯಥೆಯ ಸಂಗತಿಯನ್ನು ಅತ್ಯಂತ ವಿಷಾದದಿಂದ ನಮ್ಮ ಬಳಿ ಹೇಳಿದ್ದರು. ಕುಸುಮಾ ಅವರು ತಮ್ಮ ಆರೋಗ್ಯ ಕೆಡಿಸಿಕೊಂಡು ಅದರ ಬಗ್ಗೆ ದುಡಿದಿದ್ದರು.

ಈ ಕಾರ್ಯಕ್ರಮ ಆದ ಮಾರನೇ ದಿವಸ ಸಂಜೆ ಬೆಂಗಳೂರಿನ ಸಿಟಿಮಾರ್ಕೆಟ್ಟಿನ ಬಳಿ ಟೀ ಕುಡಿಯುತ್ತ ಅದೂ ಇದೂ ಮಾತಾಡುತ್ತಿರುವಾಗ; "ಶೂದ್ರ, ನಾವಿಂದು

ಒಂದು ಸಾಹಸದ ಕೆಲಸವನ್ನು ಯಾಕೆ ಮಾಡಬಾರದು?" ಎಂದರು. ನಾನು ಏನು ಎಂದು ಕೇಳಿದಾಗ; "ನಾವು ಸಮೀಪದಲ್ಲಿಯೇ ಲಾಡ್ಜ್‌ಗೆ ಹೋಗಿ ಅಲ್ಲಿಯ ಲೈಂಗಿಕ ಕಾರ್ಯಕರ್ತೆಯರನ್ನು ಬಿಡುಗಡೆಗೊಳಿಸೋಣ" ಎಂದಾಗ ಹಿಂದೂ ಮುಂದೂ ನೋಡದೆ ಆಗಲಿ ಎಂದು ಇಬ್ಬರೂ ಹೊರಟೆವು. ರಾತ್ರಿ ಎಂಟು ಗಂಟೆಯ ಸಮಯ. ನಮ್ಮನ್ನು ಗಿರಾಕಿಗಳೆಂದು ತಿಳಿದು ಒಂದಷ್ಟು ಲೈಂಗಿಕ ಕಾರ್ಯಕರ್ತೆಯರು ಬಂದರು. ಚಲನ ಚಿತ್ರಗಳ ರೊಮ್ಯಾಂಟಿಕ್ ನಾಯಕನ ರೀತಿಯಲ್ಲಿ "ನಿಮ್ಮನ್ನು ನಾವಿಬ್ಬರೂ ಬಿಡುಗಡೆಗೊಳಿಸಲು ಬಂದಿದ್ದೇವೆ" ಎಂದೆ. ಅವರು ನನ್ನ ಮುಖವನ್ನು ಮಿಕಮಿಕ ಎಂದು ನೋಡುತ್ತಿದ್ದರು, ನಾನೊಬ್ಬ ಪೆಕರಾ ಎಂದು. ನಾನು ಪಕ್ಕಕ್ಕೆ ತಿರುಗಿ "ಸರ್" ಎಂದೆ. ಅಲ್ಲಿ ಕೌಂಟರ್‌ನಲ್ಲಿ ಕೂತಿದ್ದವನು "ಅವರು ಆಗಲೇ ಕೆಳಗಡೆ ಹೋದರು" ಎಂದ. ನಾನು ಗಾಬರಿ ಮತ್ತು ಭೀತಿಯಿಂದ ಹೊರಗೆ ಬಂದೆ. ಮೊಬೈಲ್ ಇಲ್ಲದ ಕಾಲವದು. ಅವರನ್ನು ಹುಡುಕಿಕೊಂಡು ನಾವು ಟೀ ಕುಡಿಯುತ್ತಿದ್ದ ಹೋಟೆಲ್ ಬಳಿ ಹೋದೆ. ಅವರು ಆರಾಮವಾಗಿ ಬೀಡಿ ಸೇದುತ್ತ ಯಾರ ಬಳಿಯೋ ಮಾತಾಡುತ್ತಿದ್ದರು. "ಏನು ಸರ್, ಹೀಗೆ ಮಾಡಿಬಿಟ್ಟಿರಿ?" ಎಂದೆ. "ನಿನ್ನನ್ನು ಪರೀಕ್ಷೆ ಮಾಡೋಣ ಎಂದು ಆ ರೀತಿ ಮಾಡಿದೆ. ಹೋಟೆಲ್‌ನಲ್ಲಿ ಯಾರೂ ನಿನಗೆ ತೊಂದರೆ ಕೊಟ್ಟಿಲ್ಲ ತಾನೇ?" ಎಂದರು. ನನಗೆ ತುಂಬ ಸಿಟ್ಟು ಬಂದಿದ್ದರೂ; ಏನೂ ಮಾತಾಡದೆ ಅವರ ಮುಂದೆ ಸುಮ್ಮನೆ ಕೂತೆ. ಈ ಘಟನೆಯನ್ನು ಮಾರನೆ ದಿವಸ ಕುಸುಮಾ ಅವರಿಗೆ ದೂರವಾಣಿ ಮೂಲಕ ತಿಳಿಸಿದ್ದಕ್ಕೆ, "ಏನೂ ತೊಂದರೆಯಾಗಲಿಲ್ಲ ತಾನೇ?" ಎಂದು ಪೆಚ್ಚಾಗಿದ್ದರು. ನಾನು ಇದನ್ನು ಲಂಕೇಶ್ ಅವರಿಗೆ ಹೇಳಿದಾಗ; ಅವರು ಸಿಗರೇಟಿನ ಹೊಗೆಯ ಮಧ್ಯೆ ಮುಸಿ ಮುಸಿ ನಗತೊಡಗಿದ್ದರು. ನನಗಂತೂ ಗಾಬರಿಯಾಗಿತ್ತು. ಅವರು 'ಮರೆಯುವ ಮುನ್ನ'ದಲ್ಲಿ ಎಲ್ಲಿ ಸುದ್ದಿಮಾಡುವರೋ ಎಂದು. ಇದಾದ ಕೆಲವು ದಿವಸಗಳ ನಂತರ ಕಿ.ರಂ. ಅವರು ಲಂಕೇಶ್ ಅವರನ್ನು ನೋಡಲು ಬಂದರು. ಆಗ ಹೀಗೆಯೇ ಮಾತಿನ ನಡುವೆ "ಏನ್ರೋ ಏನೋ ಸಾಹಸ ಕೆಲಸಕ್ಕೆ ತೊಡಗಿದ್ದರಂತೆ" ಎಂದು ಕೇಳಿದ್ದರು. ಅದಕ್ಕೆ ಕಿ.ರಂ. ಅವರು ನಗುತ್ತ "ಶೂದ್ರ, ಎಷ್ಟು ಕ್ರಾಂತಿಕಾರಿ ಎಂದು ಪರೀಕ್ಷೆಮಾಡಿದೆ. ಪರವಾಗಿಲ್ಲ ಸರ್. ಆದರೆ ಅಂದು ಅವನಿಗೆ ಏನೂ ಲಾತಾಗಳು ಬೀಳಲಿಲ್ಲ. ಅದೇ ಆಶ್ಚರ್ಯ" ಎಂದರು. ಲಂಕೇಶ್ ಅವರು ನಗುತ್ತ ಮುಂದೆ ಮಾತಾಡಲಿಲ್ಲ.

ಕಿ.ರಂ. ಅವರು ಅವರ ಆತ್ಮೀಯರ ವೈಯಕ್ತಿಕ ಆಗುಹೋಗುಗಳ ಬಗ್ಗೆಯೂ ಎಷ್ಟು ತೀವ್ರವಾಗಿ ಯೋಚಿಸುತ್ತಿದ್ದರು. ಈಗಲೂ ಅವರನ್ನು ಪ್ರತಿ ತಿಂಗಳು ನೆನಪು ಮಾಡಿಕೊಳ್ಳುವಂತೆ ಒಂದು ಘಟನೆ ಸೃಷ್ಟಿಯಾಯಿತು. ಅದೇನೆಂದರೆ: ತುರ್ತುಪರಿಸ್ಥಿತಿಯ ಸಮಯದಲ್ಲಿ ನಾನು ಎರಡು ಬಾರಿ ಬಂಧನಕ್ಕೊಳಗಾಗಿ ಬಿಡುಗಡೆಯಾದ ಮೇಲೆ; ಜಯಪ್ರಕಾಶ್ ನಾರಾಯಣ್ ಅವರ ನವ ನಿರ್ಮಾಣ

ಕ್ರಾಂತಿಗೆ ಬೆಂಬಲ ಸೂಚಿಸಿ; ನಾನು ಪಾಠ ಮಾಡುತ್ತಿದ್ದ ಪ್ರತಿಷ್ಠಿತ ರಾಷ್ಟ್ರೀಯ ವಿದ್ಯಾಲಯದ ಶಿಕ್ಷಣ ಸಂಸ್ಥೆಗೆ ರಾಜೀನಾಮೆ ಕೊಟ್ಟಿದ್ದೆ. ಈ ವಿಷಯ ತಿಳಿದು ಒಂದು ಸಂಜೆ ಸಂಸ್ಥೆಗೆ ಬಂದು ನೀನೇನು ಬಹುದೊಡ್ಡ ಕ್ರಾಂತಿಕಾರಿಯೇ ಎಂದು ಛೀಮಾರಿ ಹಾಕಿ ರಾಜೀನಾಮೆಯನ್ನು ವಾಪಸ್ಸು ಪಡೆಯುವಂತೆ ತೀವ್ರ ಒತ್ತಡವನ್ನು ತಂದರು. ಇದರಿಂದ ಮತ್ತೆ ಕೆಲವು ವರ್ಷ ದುಡಿಯಲು ಸಾಧ್ಯವಾಗಿ ಕೆಲಸಬಿಟ್ಟೆ. ಕೆಲಸ ಬಿಡಲು ಒತ್ತಡ ತಂದವರು ಲಂಕೇಶ್ ಅವರು. ಈಗ ಪುಟ್ಟ ಪ್ರಮಾಣದ ನಿವೃತ್ತಿ ವೇತನ ಬರುತ್ತಿದೆ. ಅದು ನಿಜವಾಗಿಯೂ ನನ್ನ ಸಹಾಯಕ್ಕೆ ನಿಂತಿದೆ. ಹಾಗೆ ನೋಡಿದರೆ ಕಿ.ರಂ. ಅವರು ಲಂಕೇಶ್ ಅವರ ಕಷ್ಟದ ದಿನಗಳಲ್ಲಿ ಬ್ಯಾಂಕಿನಲ್ಲಿ ಸಾಲ ಕೊಡಿಸಿ; ಸ್ವಲ್ಪ ಮುಜಗರಕ್ಕೆ ಒಳಗಾಗಿದ್ದರು. ಆಗ 'ಲಂಕೇಶ್ ಪತ್ರಿಕೆ' ಪ್ರಾರಂಭವಾಗಿರಲಿಲ್ಲ. ಆದರೆ ಮುಂದೆ ಕಿ.ರಂ. ಅವರ ಬಗ್ಗೆ ಅಗಾಧವಾದ ಪ್ರೀತಿ ಮತ್ತು ಕಳಕಳಿ ಇದ್ದುದರಿಂದ ತಿಂಗಳಿಗೊಮ್ಮೆಯಾದರೂ ಒಂದು ಅಂಕಣದ ಲೇಖನವನ್ನು ಬರೆಸುವ ಕಳಕಳಿಯನ್ನು ಲಂಕೇಶ್ ಅವರು ಹೊಂದಿದ್ದರು. ಈ ಮಹಾನ್ ಗುರುವಿನ ಚಿಂತನೆಯ ಬತ್ತಳಿಕೆಯಲ್ಲಿ ಎಂತೆಂಥ ಅನಾಮಧೇಯ ಸಂಗತಿಗಳೆಲ್ಲ ಮುಲಮುಲನೆ ದಟ್ಟಗೊಂಡಿದ್ದವು. ಈ ದೃಷ್ಟಿಯಿಂದ 'ಅಕ್ಷರ ಹೊಸ ಕಾವ್ಯ'ದಂಥ ಕವಿತೆಯ ಆಂಥಾಲಜಿಗೆ ಯರ್ಮುಂಜ ರಾಮಚಂದ್ರ ಅವರ ಕವಿತೆಗಳನ್ನು ಕುರಿತು ಚರ್ಚಿಸುವಾಗ ಕವಿತೆಯ ಅಮೋಘತೆಯೇ ವ್ಯಾಖ್ಯಾನಗೊಂಡಿತ್ತು. ಯರ್ಮುಂಜ ರಾಮಚಂದ್ರ ಬದುಕಿದ್ದು ಕೇವಲ ಇಪ್ಪತ್ಮೂರು ವರ್ಷ. ಆದರೆ ಅಗಾಧವಾದ ಕವಿತಾ ಶಕ್ತಿಯನ್ನು ತುಂಬಿಕೊಂಡಿದ್ದರು. ಅವರ 'ವಿದಾಯ' ಕವನ ಸಂಕಲನ ಎಷ್ಟು ಮಹತ್ವಪೂರ್ಣವಾದದ್ದು.

ಕಿ.ರಂ. ಅವರನ್ನು ನೆನಪು ಮಾಡಿಕೊಂಡಾಗಲೆಲ್ಲ; ಒಂದು ಪ್ರಶ್ನೆ ನನ್ನನ್ನು ಗಾಢವಾಗಿ ಕಾಡುತ್ತಿರುತ್ತದೆ. ಅದೇನೆಂದರೆ: ಒಬ್ಬ ಮನುಷ್ಯನಲ್ಲಿ ಒಟ್ಟು ಮೊತ್ತದ ರೂಪದಲ್ಲಿ ಇಷ್ಟೊಂದು ವ್ಯಕ್ತಿತ್ವಗಳು ಹೇಗೆ ಇರಲು ಸಾಧ್ಯ? ಎಂದು. ಅದೂ ಪ್ರತಿಭಾ ರೂಪದಲ್ಲಿ, ಈ ದೃಷ್ಟಿಯಿಂದ ವಿದ್ಯಾರ್ಥಿಗಳಿಗೆ ಹೇಳಿಮಾಡಿಸಿದಂಥ ಗುರುಸಾನ್ನಿಧ್ಯವನ್ನು ಕಿಂಚಿತ್ತೂ ಮುಕ್ಕಾಗದಂತೆ ಧಾರೆಯೆರೆದಿದ್ದಾರೆ. ಅವರು ಎಲ್ಲಿ ಕೂತರೂ; ಅದು ಒಂದು ತರಗತಿಯಂತೆ ಪರಿವರ್ತನೆಯಾಗಿ ಬಿಡುತ್ತಿತ್ತು. ಅವರು ಒಬ್ಬ ವಿದ್ಯಾರ್ಥಿ ಇದ್ದರೂ ಅಷ್ಟೇ ತಾದ್ಯಾತ್ಮತೆಯಿಂದ ಪಾಠ ಮಾಡುತ್ತಿದ್ದರು. ಒಮ್ಮೆ ವಿದ್ಯಾರ್ಥಿಯೊಬ್ಬರಿಗೆ ಪಿಎಚ್.ಡಿ.ಗೆ ಸಂಬಂಧಿಸಿದಂತೆ 'ಜೈಮಿನಿ ಭಾರತ'ವನ್ನು ಕುರಿತು ವ್ಯಾಖ್ಯಾನಿಸುತ್ತಿದ್ದರು. ಕೆಲವು ಅಪೂರ್ವ ಭಾಗಗಳನ್ನು ಓದುತ್ತ. ನಾನು ಅತ್ಯಂತ ತನ್ಮಯತೆಯಿಂದ ಕೇಳುತ್ತಿದ್ದೆ. ಯಾಕೆಂದರೆ ಅದರ ಹಿಂದಿನ ದಿವಸ ಸಂಜೆ ಕಾಕತಾಳೀಯವೆಂಬಂತೆ ಕುಮಾರಸ್ವಾಮಿ ಬಡಾವಣೆಯ ಕೆ.ವಿ. ಸುಬ್ಬಣ್ಣನವರ ಆಪ್ತ ಬಳಗದಲ್ಲಿ ಬೆಳಗೆರೆ ಕೃಷ್ಣಶಾಸ್ತ್ರಿಗಳು ಸುಮಾರು ಎರಡು ಗಂಟೆ 'ಜೈಮಿನಿ ಭಾರತ'ವನ್ನು ಕುರಿತು ಮಾತಾಡಿದ್ದರು. ತಮ್ಮ ಕೈಯಲ್ಲಿ ಒಂದೇ

ಒಂದು ಚೀಟಿಯನ್ನಿಟ್ಟುಕೊಳ್ಳದೆ. ಅವರ ನೆನಪಿನ ಶಕ್ತಿ ಅಷ್ಟು ಅಗಾಧವಾದದ್ದು. ಯಾರ್‍ಯಾರೋ ಕಾಲಿಗೆ ನಮಸ್ಕರಿಸುತ್ತಿದ್ದರು. ಕೊನೆಗೆ ನನ್ನ ಸ್ನೇಹಿತರ ಜೊತೆ ಬೆಳಗೆರೆಯವರ ಕಾಲಿಗೆ ನಮಸ್ಕರಿಸಿ ಪರಿಚಯ ಮಾಡಿಕೊಂಡೆ. "ಅಯ್ಯೋ ನೀನು ಯಾಕೆ ಕಾಲಿಗೆ ಬಿದ್ದೇ?" ಎಂದರು. "ಯಾಕೆ ಬೀಳಬಾರದು?" ಅದಕ್ಕೆ ಅವರು ನಗುತ್ತ ಉತ್ತರಿಸಲಿಲ್ಲ. "ಇಲ್ಲಿಯವರೆಗೂ ನಾವಿಬ್ಬರೂ ಭೇಟಿಯಾಗಲಿಲ್ಲವಲ್ಲ?" ಎಂದು ಪಕ್ಕ ಕೂರಿಸಿಕೊಂಡು ಮಾತಾಡಿಸಿದರು. ಒಮ್ಮೆ ಬಿಡುವು ಮಾಡಿಕೊಂಡು ಬೆಳಗೆರೆಗೆ ಬರಲು ಆಹ್ವಾನಿಸಿದರು.

ಈ ಚಿತ್ರಣ ಕಿ.ರಂ. ಅವರು ತಮ್ಮ ವಿದ್ಯಾರ್ಥಿಗೆ 'ಜೈಮಿನಿ ಭಾರತ' ಕುರಿತು ಮಾತಾಡುವಾಗ ಕೃಷ್ಣಶಾಸ್ತ್ರಿಗಳು ಮನಸ್ಸಿನ ತುಂಬ ಆವರಿಸಿಕೊಂಡಿದ್ದರು. ಅಷ್ಟು ದೀರ್ಘವಯಸ್ಸಿನಲ್ಲಿಯೂ ಎಷ್ಟು ಲವಲವಿಕೆಯಿಂದ ಇದ್ದಾರೆ ಅನ್ನಿಸಿತು. ಇದನ್ನು ಅವರಿಗೆ ಹೇಳಿದಾಗ; "ಆ ಮನುಷ್ಯ ಲೆಜೆಂಡಯ್ಯ" ಅಂದಿದ್ದರು. ಅದೇ ಸಮಯದಲ್ಲಿ "ಸರ್, ನಾನು ಯಾವುದಾದರೂ ಒಂದು ವಿಷಯದ ಬಗ್ಗೆ ಹಂಪಿ ವಿಶ್ವವಿದ್ಯಾಲಯಕ್ಕೆ ಡಾಕ್ಟರೇಟ್ ಪ್ರಬಂಧವನ್ನು ಸಿದ್ಧಪಡಿಸಲಾ?" ಎಂದೆ. ಅದಕ್ಕೆ ನನ್ನ ಮುಖವನ್ನೇ ಒಂದು ಕ್ಷಣ ನೋಡಿ "ನಿನಗೆ ಯಾಕೆ ಡಾಕ್ಟರೇಟ್ ಬೇಕು. ಯಾವ ಪ್ರಮೋಷನ್ನಿಗೆ ಬೇಕು? ಹಿಂದೆ ನೀನೇ ಶೂದ್ರದಲ್ಲಿ ಈ ಪಿಎಚ್.ಡಿಗಳ ಹಿನ್ನೆಲೆಯನ್ನು ಗೇಲಿ ಮಾಡಿ; ಕೆಲವರಿಗೆ ಶೂದ್ರದ ಗೌರವ ಡಾಕ್ಟರೇಟ್ ಕೊಟ್ಟಿದ್ದೆ ಅಲ್ಲವೇ? ಈಗ ನೀನೇ ಅದನ್ನು ಸೋಲಿನ ಮನೋಭಾವನೆಯಿಂದ ಹಿಂದಕ್ಕೆ ಪಡೆಯಬಾರದು. ಬೇಕಾದರೆ ನಾನೇ ನಿನಗೆ ಒಂದು ಡಾಕ್ಟರೇಟ್ ಕೊಡ್ತೀನಿ. ಸುಮ್ಮನೆ ನಿನ್ನ ಕೆಲಸ ನೀನು ಮಾಡ್ತಾ ಹೋಗು" ಎಂದು ಹೊಸದಾಗಿ ತಂದಿದ್ದ ರಶೀದ್‌ಖಾನ್ ಸಿ.ಡಿ.ಯನ್ನು ಹಾಕಿ "ಕೇಳಯ್ಯ, ಇವರು ಯಾವ ಡಾಕ್ಟರೇಟ್‌ಗಾಗಿಯೂ ಹಾಡಲಿಲ್ಲ" ಅದಕ್ಕೆ ನಾನು ಅಪರಾಧಿ ಭಾವನೆಯಿಂದ ತಲೆ ತಗ್ಗಿಸಿ, ಆ ಸಂಗೀತದ ಆಲಾಪನೆಯ ಏರುತಗ್ಗುಗಳನ್ನು ಅನುಭವಿಸುತ್ತ ಹೋಗಿದ್ದೆ.

ಕಿ.ರಂ. ಅವರ ಮನೆಬಿಟ್ಟಾಗ; ನನ್ನ ಮನಸ್ಸಿನ ತುಂಬಾ ಬೆಳಗೆರೆ ಕೃಷ್ಣಶಾಸ್ತ್ರಿಗಳು ಮತ್ತು ನನ್ನ ಈ ಮಹಾನ್ ಗುರು 'ಜೈಮಿನಿ ಭಾರತ'ದ ಅಮೋಘತೆಯನ್ನು ಕುರಿತು ಮಾತಾಡುತ್ತಿರುವ ಧ್ವನಿಯ ಹೆಚ್ಚುಗಾರಿಕೆ ಗುನುಗುನಿಸುತ್ತಿತ್ತು. ಅದರ ಮಧ್ಯೆ ರಶೀದ್‌ಖಾನ್ ಅವರ ವಿಶಿಷ್ಟ ದನಿಯ ಆಲಾಪನೆ. ಇದರ ಮಧ್ಯೆ ನಮ್ಮನ್ನು ಎಚ್ಚರಿಸುವ ಧ್ವನಿಯು ಎಷ್ಟೊಂದು ಕಡೆ ಆವರಿಸಿಕೊಂಡಿರುತ್ತದೆ ಅನ್ನಿಸುತ್ತದೆ. ಕೊನೆಗೂ ಒಂದು ಸಮಾಜದ ಚಲನಶೀಲತೆ ಇಂಥದ್ದರಿಂದಲೇ ಜೀವಂತವಾಗಿರುವುದು ಅನ್ನಿಸಿತು. ಇಲ್ಲದಿದ್ದರೆ ನಮ್ಮನಮ್ಮ ಅಪರಾಧಿ ಪ್ರಜ್ಞೆ ಜಾಗೃತವಾಗಿರದೆ; ಮತ್ತಷ್ಟು ಪಾಪಿಗಳ ದಿಕ್ಕಿನತ್ತ ಧಾವಿಸುತ್ತಿದ್ದೆವು. ಹಾಗೆ ನೋಡಿದರೆ ಕಿ.ರಂ. ಅವರ ಪ್ರತಿಯೊಂದು

ಉವಾಚವನ್ನು ಮಾರ್ಮಿಕ ಚೌಕಟ್ಟಿನಲ್ಲಿಯೇ ಸ್ವೀಕರಿಸುತ್ತ ಹೋಗಿದ್ದೇನೆ. ನಮ್ಮ ನಡೆ, ನುಡಿ ಮತ್ತು ಬರವಣಿಗೆಯನ್ನು ಇಂಥವರ ಧ್ವನಿ ಪರಂಪರೆ ಸೂತ್ರಪ್ರಾಯವಾಗಿ ಕೆಲಸ ಮಾಡುತ್ತಿರುತ್ತದೆ. ಆಗ ನನಗೆ ಸದಾ ಜಿ.ಎಸ್. ಶಿವರುದ್ರಪ್ಪ, ಯು.ಆರ್. ಅನಂತಮೂರ್ತಿ, ಲಂಕೇಶ್, ಕೆ. ಮರುಳಸಿದ್ದಪ್ಪ, ಡಿ.ಆರ್. ನಾಗರಾಜ್, ಕಿ.ರಂ. ನಾಗರಾಜ್, ಹೆಚ್.ಎಸ್. ರಾಘವೇಂದ್ರರಾವ್, ಕವಿ ಸಿದ್ಧಲಿಂಗಯ್ಯ ಅಂಥವರು ನಿರಂತರ ಚೇತೋಹಾರಿಯಾಗಿ ಕಾಣುತ್ತಲೇ ಇರುತ್ತಾರೆ. ಮೆಚ್ಚುವ, ತಿದ್ದುವ ಗುಣಾತ್ಮಕತೆಯೇ ಸದಾ ಆರೋಗ್ಯಪೂರ್ಣವಾಗಿ ಇರಬೇಕಾದದ್ದು. ಇಲ್ಲದಿದ್ದರೆ ನಮ್ಮ ವ್ಯಕ್ತಿತ್ವಕ್ಕೆ ಅಸ್ತಿತ್ವವೇ ಇರುವುದಿಲ್ಲ. ಕೇವಲ ಭಟ್ಟಂಗಿಗಳ ಮಧ್ಯೆ 'ಬಹು ಪರಾಕ್' ಎಂಬ ಘೋಷಣೆಗಳಿಗೆ ಕಾಯುತ್ತ ಹೋಗಬಹುದು. ಇಂಥವರ ಬಗ್ಗೆ ಕಿ.ರಂ. ಅವರು ಎಷ್ಟು ನಿರ್ದಾಕ್ಷಿಣ್ಯತೆಯನ್ನು ಬೆಳೆಸಿಕೊಂಡಿದ್ದರು. ಅದರ ವಿವಿಧ ಮುಖಗಳನ್ನು ನಾಲ್ಕು ದಶಕಗಳ ಅವರ ಒಡನಾಟದಿಂದ ಗ್ರಹಿಸಿರುವೆ. ಇಂಥ ಎಚ್ಚರದ ಧ್ವನಿಯನ್ನು ಕರ್ನಾಟಕದ ಉದ್ದಗಲಕ್ಕು ಯಾರ್ಯಾರಿಗೋ ರವಾನಿಸಿದ್ದಾರೆ. ಈ ದೃಷ್ಟಿಯಿಂದ ಅವರಿಗೆ ವ್ಯಕ್ತಿನಿಷ್ಠತೆ, ಕಾಲನಿಷ್ಠತೆ ಮತ್ತು ತತ್ವನಿಷ್ಠತೆ ಎಂಬ ಈ ಮೂರು ಅನುಪಮತೆ ಕುರಿತು ಕಾಳಜಿ ಹೊಂದಿದ್ದವರು. ಆದ್ದರಿಂದಲೇ ಅವರಿಗೆ ಮುಖಾಮುಖಿಯಾದವರ ಮೇಲೆ ಪ್ರಭಾವ ಬೀರಲು ಸಾಧ್ಯವಾಗಿದ್ದು.

ಅತ್ಯಂತ ಸರಳ ಜೀವಿಯಾಗಿದ್ದ ಅವರು; ಅಪ್ಪಟ ಭಾರತೀಯರಂತೆ ಬದುಕಿದವರು. ತಮ್ಮ ಬಟ್ಟೆಯನ್ನು ಅಪರೂಪಕ್ಕೊಮ್ಮೆ ಇಸ್ತ್ರಿ ಮಾಡಿಸುತ್ತಿದ್ದವರು. ಖಾದಿ ಮತ್ತು ಕೈಮಗ್ಗದ ಬಟ್ಟೆಗಳಿಗೆ ತಮ್ಮನ್ನು ಒಗ್ಗಿಸಿಕೊಂಡವರು. ಹಾಗೆ ನೋಡಿದರೆ ನನಗೂ ಖಾದಿ ಷರ್ಟು ಕೊಡಿಸಿದ್ದಾರೆ. ಹೀಗೆ ಯಾರ್ಯಾರಿಗೋ ಕೊಡಿಸಿರಬಹುದು. ಲಂಕೇಶ್ ಅವರು ಅವರ ಹುಟ್ಟಿದ ದಿನದ ನೆನಪಿಗೆ ನನಗೆ ಎಷ್ಟೋ ಬಾರಿ ಪಿನ್ನಿ ಪಂಚೆ ಕೊಡಿಸಿದ್ದಾರೆ. ಈ ರೀತಿಯ ಮನಸ್ಥಿತಿಯ ಹಿನ್ನೆಲೆಯ ಅವಧೂತ ವ್ಯಕ್ತಿತ್ವವನ್ನು ಕುರಿತು ಏನೂ ಬರೆದರೂ ಕೊನೆಗೆ ಅದು ಅಪೂರ್ಣವಾಗಿಯೇ ಉಳಿದಿರುತ್ತದೆ. ಎಷ್ಟೋ ಬಾರಿ ಯೋಚಿಸಿರುವೆ: ಅವರ 'ಸೈಕಾಲಜಿ ಆಫ್ ಮೈಂಡ್' ಯಾವ ತೆರನದ್ದು ಎಂದು ಒಂದು ದೀರ್ಘ ಪ್ರಬಂಧಕ್ಕೆ ಮನಸ್ಸಿನಲ್ಲಿಯೇ ಗುನುಗುನಿಸಿಕೊಂಡಿದ್ದೇನೆ. ಆದರೆ ಅದಕ್ಕೆ ಬೇಕಾದ ಮಾನಸಿಕ ಶಿಸ್ತು ಬದ್ಧತೆಯನ್ನು ನಾನು ಬರಮಾಡಿಕೊಳ್ಳಲಿಲ್ಲ. ಅಥವಾ ಅವರ ಕೆಲವು ಅಪೂರ್ವ ಚಟಗಳ ತೀವ್ರತೆಯನ್ನು ಹೇಗೆ ವಿಶ್ಲೇಷಿಸುವುದು ಎಂಬ ಪ್ರಶ್ನೆ ಗಾಢವಾಗಿ ಕಾಡತೊಡಗಿತ್ತು. ಈ ಚಟಗಳ ವೈಪರೀತ್ಯಗಳಿಂದ ಅವರ ಶ್ರೀಮತಿ ವಿಜಯಲಕ್ಷ್ಮಿಯವರು ಸಾಕಷ್ಟು ನೊಂದಿದ್ದಾರೆ. ಮಕ್ಕಳೂ ಮುಜುಗರಕ್ಕೆ ಒಳಗಾಗಿದ್ದಾರೆ. ಇದೆಲ್ಲದಕ್ಕೂ ಅವರ ಸಂತಸ್ವರೂಪದ ಬಹುದೊಡ್ಡ ವ್ಯಕ್ತಿತ್ವ ಅವರ ದೋಷಗಳನ್ನು ಪಕ್ಕಕ್ಕೆ ತಳ್ಳಿಬಿಡುತ್ತಿತ್ತು. ಅಂಥದ್ದು ಅತ್ಯಂತ ಜುಜುಬಿ ಎನ್ನುವ ರೀತಿಯಲ್ಲಿ.

ಮೇಲಿನ ಎಲ್ಲಾ ಕಾರಣಗಳನ್ನು ದೃಷ್ಟಿಯಲ್ಲಿಟ್ಟುಕೊಂಡು; ಅವರ ಬಾಲ್ಯವನ್ನು ಅರಿಯಲು ಪ್ರಯತ್ನಿಸಿದ್ದೇನೆ. ಆದರೆ ಕಿ.ರಂ. ಅವರಿಂದ ಏನೇನು ಪಡೆಯಲು ಸಾಧ್ಯವಿಲ್ಲವೆಂಬುದು ಗೊತ್ತಿತ್ತು. ಎರಡು ಮೂರು ಬಾರಿ ಅವರ ತಂದೆಯವರ ಮುಂದೆ ಕೂತಾಗ; ನಾವಿಬ್ಬರೂ ರಮ್ಮನ್ನು ಸವಿಯುತ್ತ ಕೂತಿದ್ದರೂ ಮಾತುಗಳೆಲ್ಲ ಮೌನವಾಗಿ ಪರಿವರ್ತನೆಗೊಳ್ಳುತ್ತಿತ್ತು. ಅಥವಾ ಸಾಕಷ್ಟು ಎತ್ತರದ ವ್ಯಕ್ತಿಯಾದ ಅವರು ಭೂತದ ಗುಣಾವಗುಣಗಳನ್ನು ಮರೆಯಲು ಸಾಧ್ಯವಾದ ಮಟ್ಟಿಗೆ ಮೌನವನ್ನು ಆರಾಧಿಸಲು ಹೊರಟವರು ಅನ್ನಿಸುತ್ತಿತ್ತು. ಆದರೆ ಕಿ.ರಂ. ಅವರು ಅದನ್ನು ಎಂದು ಹೇಳುತ್ತಲೇ ಮುಂದೂಡುತ್ತಾ ಹೋಗಿದ್ದರು. ಅವರು ಬದುಕಿರುವಾಗಲೇ 'ಕನಸಿಗೊಂದು ಕಣ್ಣು'ವಿನಲ್ಲಿ ಈ ಕೃತಿಯ ಮೊದಲ ಭಾಗ ಬರೆದಾಗ; ಪ್ರತಿಕ್ರಿಯಿಸಲು ಹೋಗಲಿಲ್ಲ. ಅವರ ಮಗಳು ಒಮ್ಮೆ "ಅಪ್ಪನ ಬಗ್ಗೆ ಬರೆದಿರುವುದು ಇಷ್ಟವಾಯಿತು. ಆದರೆ ಇನ್ನು ಸ್ವಲ್ಪ ಟೀಕೆ ಮಾಡಿ ಬರೆಯಬಹುದಾಗಿತ್ತು" ಎಂದಾಗ; ಬರೆಯೋಣ ಎರಡನೆಯ ಭಾಗದಲ್ಲಿ ಎಂದಿದ್ದೆ. ಇದಕ್ಕೆ ನಮ್ಮಿಬ್ಬರ ಮಾತನ್ನು ಕೇಳಿಸಿಕೊಳ್ಳದವ ರಂತೆ ಮೌನಿಯಾಗಿದ್ದರು. ಆಗಲೂ ಪ್ರಸ್ತಾಪಿಸಿದೆ: ಸರ್, ನಿಮ್ಮೂರಿಗೆ ಹೋಗಿಬರೋಣ ಎಂದು. ಮಾಮೂಲಿನಂತೆ "ಆಗಲಿ" ಎಂದು ಸುಮ್ಮನಾಗಿದ್ದರು. ಇದಾದ ಆರು ತಿಂಗಳಿಗೆ ಅವರು ಬೇಂದ್ರೆಯವರನ್ನು ಕುರಿತು ಬೆಂಗಳೂರಿನ ಬನಶಂಕರಿಯಲ್ಲಿರುವ 'ಸುಚಿತ್ರಾ' ವೇದಿಕೆಯಲ್ಲಿ ಡಾ॥ ವಿಜಯಾ ಅವರು ಸಂಘಟಿಸಿದ್ದ ಕಾರ್ಯಕ್ರಮದಲ್ಲಿ ಒಂದು ವಿಧದ ಒದ್ದಾಟದಲ್ಲಿಯೇ ಅಮೋಘವಾಗಿ ಮಾತಾಡಿದ್ದರು.

ಇತ್ತೀಚೆಗೆ ಗೆಳೆಯ ಜಯಶಂಕರ್ ಹಲಗೂರು ಅವರ ಬಳಿ ಕಿ.ರಂ. ಅವರ ಕಿತ್ತಾನೆಗೆ ಹೋಗಿ ಬರೋಣವೆಂದು ಹೇಳಿದಾಗ; ಹೋಗೋಣವೆಂದು ಬಂದರು. ಜಯಶಂಕರ್ ಹಲಗೂರು ಅವರು ಮುಕುಂದರಾಜ್, ಬಿ.ಇ.ಎಸ್. ಕಾಲೇಜಿನ ವೆಂಕಟೇಶ ಮೂರ್ತಿಯವರು ಮೇಷ್ಟ್ರಿಗೆ ಆಪ್ತರಾಗಿದ್ದವರು, ಕಿ.ರಂ. ಅವರು ಪ್ರಾರಂಭಿಸಿದ ಕಾವ್ಯಮಂಡಲದ ಜವಾಬ್ದಾರಿಯನ್ನು ವಹಿಸಿಕೊಂಡಿರುವಂಥವರು, ಇರಲಿ, ಗೆಳೆಯ ಆನೇಕಲ್ ಭೈರಪ್ಪನವರ ಜೊತೆ ಹೊರಟೆವು. ಹಾಸನಕ್ಕೆ ಹೋಗಿ ಅಲ್ಲಿ ಕಥೆಗಾರ ಗೆಳೆಯರಾದ ಚಲಂ ಅವರನ್ನು ಭೇಟಿಯಾಗಿ ಕಿತ್ತಾನೆ ಕಡೆ ಹೊರಟೆವು.

ಹಾಸನದಿಂದ ಹನ್ನೆರಡು ಕಿ.ಮೀಟರ್ ದೂರದಲ್ಲಿರುವಂಥದ್ದು. ಹಾಸನ ದಾಟುವುದಕ್ಕೆ ಮುಂಚೆ ಅಲ್ಲೊಂದು ವೃತ್ತ. ಅದರ ಪಕ್ಕ ದೊಡ್ಡದಾಗಿ ಎದ್ದು ಕಾಣುವಂತೆ ನಾಮಫಲಕವಿತ್ತು. 'ಪ್ರೊ. ಕಿ.ರಂ. ನಾಗರಾಜ್, ಜನಪ್ರಿಯ ಕವಿ ಮತ್ತು ವಿಮರ್ಶಕ' ಎಂದು. ಹಳದಿ ಬಣ್ಣದ ನಡುವೆ ನೀಲಿ ಬಣ್ಣದಲ್ಲಿ ಕಂಗೊಳಿಸುವಂಥದ್ದು. ಖುಷಿಯಾಯಿತು. ಅಲ್ಲಿ ನಿಂತು ಮೊಬೈಲ್‌ಗಳಲ್ಲಿ ಮತ್ತು ಕ್ಯಾಮೆರಾದಲ್ಲಿ ಕಾಣಿಸಿಕೊಂಡೆವು. ಮುಂದೆ ಹೋದಂತೆಲ್ಲ ಹಸಿರು. ಹಾಗೆಯೇ ಒಂದು ಕೆರೆಯ ಕಟ್ಟೆಯ ಮೇಲೆ ಹೋಗುವಾಗ; ಕೆರೆಯಲ್ಲಿ ನೀರಿರಲಿಲ್ಲ. ಒಂದು ಕಾಲದಲ್ಲಿ ಅರ್ಥಾತ್ ಕಿ.ರಂ. ಅವರ

ಬಾಲ್ಯಕಾಲದಲ್ಲಿ ಅದು ತುಂಬಿ ಅಚ್ಚುಕಟ್ಟು ಪ್ರದೇಶದಲ್ಲಿ ಗದ್ದೆಬಯಲು ಮತ್ತು ತೋಟ ಸಮೃದ್ಧವಾಗಿತ್ತೇನೊ. ಈಗ ಆ ಸಮೃದ್ಧತೆ ಇಲ್ಲ. ಆದರೆ ಹಸಿರು ತುಂಬಿಕೊಂಡು ಅಲ್ಲೆಲ್ಲ ಪೊದೆಗಳ ರೀತಿಯಲ್ಲಿ ಏನೇನೋ ಬೆಳೆದುಕೊಂಡಿತ್ತು.

ಊರು ತಲುಪಿದೆವು. ಕಿರಿದಾದ ಕಾಂಕ್ರೀಟ್ ರಸ್ತೆ. ವಿಳಾಸ ಕೇಳಿದೆವು ಒಂದು ಅಂಗಡಿಯಲ್ಲಿ. ಅಲ್ಲಿ ಒಬ್ಬಾಕೆ ವಯೋವೃದ್ಧೆ. ಮತ್ತೊಬ್ಬ ಹೆಂಗಸು ನವ ತರುಣಿ. ಒಂದೆರಡು ವರ್ಷಗಳ ಹಿಂದೆ ಮದುವೆಯಾಗಿರಬಹುದು. ರೂಪವತಿ. ತುಂಬ ಹಸಿವಾಗುತ್ತಿದ್ದುದರಿಂದ ಬಾಳೆಹಣ್ಣು ಹಾಗೂ ಕಿ.ರಂ. ನೆನಪಿಗೆ ಒಂದಷ್ಟು ಬರ್ಫಿಗಳನ್ನು ತೆಗೆದುಕೊಂಡು ಗಬಗಬ ಎಂದು ತಿಂದೆವು. ಆ ಊರಿನ ಬಗ್ಗೆ ಒಂದಷ್ಟು ಮಾಹಿತಿ ಪಡೆದೆವು. ಭೈರಪ್ಪನವರು ಕಾರಿನಲ್ಲಿ ನಗುತ್ತ ಕೂತಿದ್ದರು. ಕೊನೆಗೆ ಅವರಿಗೂ ಬಾಳೆಹಣ್ಣು, ಬರ್ಫಿ ಕೊಟ್ಟು ಅಂಗಡಿಯವರು ತೋರಿಸಿದ ಮನೆಯ ಕಡೆ ಹೊರಟೆವು.

ಕಿ.ರಂ. ಅವರು ತಮ್ಮ ಬಾಲ್ಯಕಾಲವನ್ನು ಕಳೆದ ಆ ಮನೆ ಅತ್ಯಂತ ಪುರಾತನವಾಗಿತ್ತು. ಅಲ್ಲೊಬ್ಬರು ಟಿ.ವಿ.ಎಸ್. ಫಿಫ್ಟೀ ಸ್ಟಾರ್ಟ್‌ಮಾಡುತ್ತಿದ್ದರು ಎಲ್ಲಿಗೋ

ಹೋಗಲು. ಕಿ.ರಂ. ಅವರ ಹೆಸರು ಹೇಳಿದಾಕ್ಷಣ ಸಂಭ್ರಮದಿಂದ ಗಾಡಿಯನ್ನು ಪಕ್ಕಕ್ಕೆ ನಿಲ್ಲಿಸಿ ಮನೆಯೊಳಗೆ ಕರೆದು ಕೂರಿಸಿ ಸ್ವಲ್ಪ ಸಮಯ ಮಾತಾಡಿದರು. ಪ್ರೀತಿಯಿಂದ ಕಾಫಿ ಕೊಟ್ಟರು. ಆತನ ಹೆಸರು ರಮೇಶ್ ಎಂದು. ಹೆಂಡತಿಯ ಹೆಸರು ವಿದ್ಯಾ ಎಂದು. ಕೆಲವು ತಲೆಮಾರುಗಳಿಂದ ಕಿ.ರಂ. ಅವರ ಕುಟುಂಬ ಬೆಳೆದು ಪ್ರತ್ಯೇಕಗೊಂಡು ಸುಮಾರು ಇಪ್ಪತ್ತೆಂಟು ಬ್ರಾಹ್ಮಣರ ಮನೆ ಇದೆ ಎಂದರು. ಅವರು ವಾಸಿಸುತ್ತಿದ್ದ ಮನೆಯೂ ತುಂಬಾ ಹಳೆಯದು. ಅದರ ಪಕ್ಕದಲ್ಲಿ ಇನ್ನೊಂದು ಮನೆ ಇತ್ತು. ಅದು ಶಿಥಿಲಗೊಂಡಿತ್ತು ಬಾಗಿಲಿಗೆ ಚಿಲಕ ಸಿಕ್ಕಿಸಿದ್ದರು. ಒಳಗೆ ನಾಯಿಗಳು ಬೊಗಳುತ್ತಿದ್ದುವು. ನಾವು ಬಾಗಿಲು ತೆಗೆಸಿದೆವು. ಮೂರು ನಾಯಿಗಳನ್ನ ಕಟ್ಟಾಕಿದ್ದರು. ಅವು ಒಂದೇ ಸಮನೆ ಬೊಗಳುತ್ತಿದ್ದುವು. ಬಾಗಿಲು ವಿಚಿತ್ರ ಶಬ್ದಮಾಡುತ್ತ ತೆರೆದುಕೊಂಡಿತು. ಮನೆಯ ಗೋಡೆಗಳು ಅದರ ತೊಲೆಗಳು ಎಲ್ಲಿ ನಮ್ಮ ಮೇಲೆ ಬೀಳುವುದೋ ಎಂಬ ಗಾಬರಿಯು ಮನಸ್ಸಿನಾಳದಲ್ಲಿ ತುಂಬಿಕೊಂಡಿತ್ತು. ಆತ ಅಡಿಗೆಮನೆ ನೀರಿನ ಮನೆ ಎಲ್ಲವನ್ನು ತೋರಿಸಿದ. ನೀರಿನ ಮನೆಯ ದೊಡ್ಡ ಹಂಡೆ ಅನಾಥವಾಗಿತ್ತು. ಎಂತೆಂಥವರಿಗೋ ಬಿಸಿನೀರಿನ ಸ್ನಾನ ಮಾಡಿಸಿರಬಹುದು. ಕಿ.ರಂ. ಅವರೂ ಸಹ ಆ ಹಂಡೆಯ ಬೆಚ್ಚನೆಯ ನೀರಿನಿಂದ ಬಾಲ್ಯವನ್ನು ಅನುಭವಿಸಿದವರು. ಹತ್ತು ನಿಮಿಷ ಆ ಮನೆಯನ್ನೆಲ್ಲ ವೀಕ್ಷಿಸಿದ ಮೇಲೆ ಪೆಚ್ಚಾಗಿ ಹೊರಗೆ ಬಂದೆವು. ಬಾಗಿಲಬಳಿ ಭಾವಚಿತ್ರಕ್ಕೆ ನಿಂತೆವು. ಕೆಳಗಿನಿಂದ ಮೇಲಿನವರೆಗೆ ಗೋಡೆಗಳಲ್ಲಿ ದೊಡ್ಡದಾಗಿ ಬಿರುಕು ಬಿಟ್ಟಿತ್ತು.

ರಮೇಶ್ ಅವರು ಕಿ.ರಂ. ಅವರ ತಂದೆಯ ದೊಡ್ಡಪ್ಪನ ಮೊಮ್ಮಗ. ಆತನ ಇಬ್ಬರು ಮಕ್ಕಳು ಸರ್ಕಾರಿ ಕೆಲಸದಲ್ಲಿದ್ದಾರೆ. ರಮೇಶ್ ಅತ್ಯಂತ ಶ್ರಮಜೀವಿ, ಸರಳ ಜೀವಿ. ಆಸ್ತಿಯನ್ನೆಲ್ಲ ಉಳಿಸಿಕೊಂಡಿದ್ದಾರೆ. ಆದರೇನು? ಅವರ ನಂತರ ಆ ಮನೆಗಳು ಪೂರ್ತಿ ಕುಸಿದು ಬೀಳುತ್ತವೆ. ಇನ್ನೂರೈವತ್ತು ಮನೆಗಳಿರುವ ಆ ಊರಿನಲ್ಲಿ ರಮೇಶ್ ಅವರು ಇರುವ ಮನೆಯೂ ನಾಪತ್ತೆಯಾಗಬಹುದು. "ಎಂದಾದರೂ ಆ ನಮ್ಮ ಅಣ್ಣ ಊರಿಗೆ ಬಂದರೆ ಎಷ್ಟು ಪ್ರೀತಿಯಿಂದ ಮಾತಾಡಿಸಿ ಹೋಗುತ್ತಿದ್ದರು. ಅವರ ಶ್ರೀಮತಿಯವರೂ ಅಷ್ಟೇ ಪ್ರೀತಿಯನ್ನು ತೋರಿಸುತ್ತಿದ್ದರು. ಅವರು ಹಾಸನದಲ್ಲಿ ನೆಲೆನಿಂತ ಮೇಲೆ ಈ ಮನೆಯನ್ನು ಹಿರಿಯರು ಮರೆತೇಬಿಟ್ಟರು" ಎಂದಾಗ; ಒಂದು ವಿಧದ ವಿಷಾದದಿಂದ ಅವರ ಕಡೆ ನೋಡಿದೆ. ಅತ್ಯಂತ ಕಷ್ಟಪಡುತ್ತಿರುವ ಜೀವಿ ಅನ್ನಿಸಿತು. ಸರಳತೆ, ಸಜ್ಜನಿಕೆ ಎಂಬುದು ಒಟ್ಟು ವ್ಯಕ್ತಿತ್ವದಲ್ಲಿಯೇ ತುಂಬಿಕೊಂಡಂತಿತ್ತು. ಒಂದು ರೀತಿಯಲ್ಲಿ ಕಿ.ರಂ. ಅವರ ಮುಖಚರ್ಯೆ ಸಾಕಷ್ಟು ಅವರ ಮುಖದಲ್ಲಿ ಎದ್ದುಕಾಣುತ್ತಿತ್ತು. ಆ ಮನೆಯ ಮುಂದೆಯೇ ಅಪರೂಪ ವಿಗ್ರಹದ ಆಂಜನೇಯ ದೇವಸ್ಥಾನ ತಮ್ಮ ಕೃಷಿಯ ನಡುವೆ; ಆ ದೇವರ ಅರ್ಚಕರಾಗಿರುವಂಥವರು. ಅದರ ಬಗ್ಗೆ ತಾದ್ಯಾತ್ಮತೆ ಇತ್ತು.

ಆ ಕಿತ್ತಾನೆ ಊರು ಸುದ್ದುಗದ್ದಲವಿಲ್ಲದೆ ಶಬ್ಧ ಮಾಲಿನ್ಯದಿಂದ, ಬೇರೆ ರೀತಿಯ ಪರಿಸರ ಮಾಲಿನ್ಯವಿಲ್ಲದೆ ಇದೆ ಎಂದು ಖುಷಿಯಾಯಿತು. ಆದರೂ ಆ ಇನ್ನೂರೈವತ್ತು ಮನೆಗಳಿರುವ ಆ ಊರಿನಲ್ಲಿ ಓದಿದವರೆಲ್ಲ ಒಬ್ಬೊಬ್ಬರೇ ಊರುಬಿಟ್ಟು; ಎಂದೋ ಒಂದು ದಿನ ಆ ಕಿತ್ತಾನೆ ಕೂಡ ಅನಾಥವಾಗಿಬಿಡಬಹುದು ಎಂಬ ಅವ್ಯಕ್ತ ವೇದನೆ ಗಾಢವಾಗುತ್ತ ಹೋಗುತ್ತಿತ್ತು. ಅಲ್ಲಿಯ ಹಳೆಯದಾದ ಪ್ರಾಥಮಿಕ ಶಾಲೆಯ ಚಿತ್ರವನ್ನು ಜಯಶಂಕರ್ ತಮ್ಮ ಮೊಬೈಲ್‌ನಲ್ಲಿ ಸೆರೆಹಿಡಿಯಲು ಪ್ರಯತ್ನಿಸುತ್ತಿದ್ದರು. ಆದರೆ ನನ್ನ ಮನಸ್ಸು ಅಂತರಂಗದಲ್ಲಿ ಪಿಸುಗುಡುತ್ತಿತ್ತು: ನಮ್ಮ ಗುರುಗಳಾದ ಕಿ.ರಂ. ಅವರು ಆ ಶಾಲೆಯಲ್ಲಿ ಓದಿರಲಾರರು. ಅದಕ್ಕಿಂತ ಹಿಂದಿದ್ದ ಶಾಲೆಯಲ್ಲಿ ಓದಿರಬಹುದು ಎಂದು. ಯಾಕೆಂದರೆ ಅದು ಸ್ವಾತಂತ್ರ್ಯದ ನಂತರ ಕಟ್ಟಿಸಿದ ಕಟ್ಟಡದಂತೆ ಕಾಣುತ್ತಿತ್ತು. ಈ ಎಲ್ಲ ಭಾವನೆಗಳ ನಡುವೆ ರಮೇಶ್ ಅವರಿಗೆ ಮತ್ತು ಅವರ ಶ್ರೀಮತಿಯವರಿಗೆ ನಮಸ್ಕರಿಸಿ ಹೊರಟೆವು. ಮತ್ತೊಮ್ಮೆ ಕಿ.ರಂ. ಅವರ ಜನ್ಮಭೂಮಿಗೆ ನನ್ನ ಮನಸ್ಸು ನಮಸ್ಕರಿಸುತ್ತಿತ್ತು.

ಕಿತ್ತಾನೆ ನೋಡಿದ ಸಂತೋಷದಲ್ಲಿಯೇ ಹೇಮಾವತಿ ಡ್ಯಾಮ್ ನೋಡಲು ಹೋದೆವು. ಯಾಕೆಂದರೆ, ಅದು ಗುರುಗಳ ಮಾತೃಭೂಮಿಗೆ ಸೇರಿದ್ದುದರ ಜೊತೆಗೆ; ಅದರ ನಿರ್ಮಾಣ ಹಂತದಲ್ಲಿಯೇ ಅವರು ಸಾಕಷ್ಟು ಬಾರಿ ಹೋಗಿದ್ದವರು. ಜೊತೆಗೆ ನಮ್ಮ ನಾಡಿನ ಅಪೂರ್ವ ಸಂಪತ್ತು ಎಂಬ ಧ್ವನಿಯು ನಮ್ಮಲ್ಲಿ ಮಾರ್ದನಿಸುತ್ತಿತ್ತು. ಕೊನೆಗೆ ಜಯಶಂಕರ್ ಅವರ ಸ್ನೇಹಿತರಾದ ಅಶೋಕ್‌ಕುಮಾರ್ ಅವರು ಪೊಲೀಸ್ ಇನ್‌ಸ್ಪೆಕ್ಟರ್ ಆಗಿ ಕುಣಿಗಲ್‌ನಲ್ಲಿದ್ದಾರೆ. ಅವರು ಗೊರೂರು ಇನ್‌ಸ್ಪೆಕ್ಟರ್‌ಗೆ ತಿಳಿಸಿದ್ದಕ್ಕೆ ಅವರು ನಮ್ಮ ಜೊತೆ ಒಬ್ಬ ಕಾನ್‌ಸ್ಟೆಬಲ್ ಅವರನ್ನು ಕಳಿಸಿದರು. ಆತ ಡ್ಯಾಮ್‌ನ ಗೇಟ್‌ನಲ್ಲಿಯೇ ಮಾತಾಡಿ ನಾವು ಡ್ಯಾಮ್‌ನ ನಾಲ್ಕೂವರೆ ಕಿ.ಮೀಟರ್ ಉದ್ದದ ಅಣೆಕಟ್ಟಿನ ಮೇಲೆ ಹೋಗಲು ಸಾಧ್ಯವಾಯಿತು. ಆ ನೀರಿನ ಸೊಬಗನ್ನು, ಸುತ್ತಲಿನ ಪರಿಸರವನ್ನು ಅರ್ಧಗಂಟೆ ಸವಿದು ಬೆಂಗಳೂರು ತಲುಪಿದೆವು. ಆದರೆ, ಒಂದು ವೇಳೆ ಕಿ.ರಂ. ಅವರೇ ನಮ್ಮ ಜೊತೆ ಇದ್ದಿದ್ದರೆ ಎಷ್ಟು ಸಂಭ್ರಮದಿಂದ ಸುತ್ತಲಿನ ಭೂ ಪರಿಸರವನ್ನು ಕಾವ್ಯದಷ್ಟೇ ಕಳಕಳಿಯಿಂದ ವಿವರಿಸುತ್ತಿದ್ದರು. ಜೊತೆಗೆ ತಮ್ಮ ಬ್ಯಾಗಿನಿಂದ ಯಾವುದಾದರೂ ಕಾವ್ಯ ಸಂಕಲನವನ್ನೋ ಅಥವಾ ಸಾಹಿತ್ಯ ಕೃತಿಯ ಅತ್ಯುತ್ತಮ ಭಾಗವನ್ನು ಅಣೆಕಟ್ಟಿಗೆ ಬಡಿಯುತ್ತಿದ್ದ ಅಲೆಗಳ ಲಾಲಿತ್ಯಪೂರ್ಣ ಶಬ್ದದ ನಡುವೆ ವಿವರಿಸುತ್ತಿದ್ದರು. ಈಗ ಮತ್ತಷ್ಟು ಆಳವಾಗಿ ನನ್ನ ಮನಸ್ಸಿನಲ್ಲಿ ಕಿತ್ತಾನೆಯಷ್ಟೇ ಹೇಮಾವತಿ ಡ್ಯಾಮ್‌ಕೂಡ ರಿಜಿಸ್ಟರ್ ಆಗಿದೆ. ಎಷ್ಟೋ ವರ್ಷಗಳಿಂದ ನಾನು ರೂಢಿಸಿಕೊಂಡಿರುವ ವೃತ್ತಪತ್ರಿಕೆಗಳ ಓದಿನ ಪ್ರಕ್ರಿಯೆಯಲ್ಲಿ ಕರ್ನಾಟಕದ ಡ್ಯಾಮ್‌ಗಳ ಆಳ ಮತ್ತು ಅವು ಯಾವ ಪ್ರಮಾಣದಲ್ಲಿ ತುಂಬುತ್ತಿದೆ ಎಂಬುದು ಆದ್ಯತೆಯ ವಿಷಯವಾಗಿದೆ. ಈಗ ಆ ಆದ್ಯತೆಯಲ್ಲಿ 'ಹೇಮಾವತಿ' ಮತ್ತಷ್ಟು ಗಾಢಗೊಂಡಿದೆ.

ಅದು ತುಂಬುವುದು ಅಪರೂಪ. ಆದರೆ ಈ ವರ್ಷ ಸಂಭ್ರಮದಿಂದ ತುಂಬಿಬಿಟ್ಟಿದೆ. ಸಾವಿರಾರು ಪಕ್ಷಿಗಳು ಆ ನೀರನ ಮೇಲೆ ಇಡೀ ವರ್ಷ ರೆಕ್ಕೆಗಳಿಗೆ ಚೈತನ್ಯವನ್ನು ತುಂಬಿಕೊಳ್ಳಬಹುದು. ಆ ಡ್ಯಾಮ್‌ನ ಮೇಲೆ ಹಾರಾಡುತ್ತಿದ್ದ ಎಷ್ಟೋ ಪಕ್ಷಿಗಳು ಆನೇಕಲ್ ಭೈರಪ್ಪ ಮತ್ತು ಜಯಶಂಕರ್ ಹಲಗೂರು ಅವರು ತಮ್ಮ ಕ್ಯಾಮರಾಗಳಲ್ಲಿ ಉತ್ಸಾಹದಿಂದ ತುಂಬಿಕೊಳ್ಳುತ್ತಿದ್ದರು. ಆ ವಾತಾವರಣವೇ ಹಾಗೆ ಪ್ರೇರೇಪಿಸುವಂತಿತ್ತು.

ಕಿ.ರಂ. ಅವರು ನನ್ನ ಮನೋಲೋಕದಲ್ಲಿ ನಾಲ್ಕು ದಶಕಗಳಿಗೂ ಮೇಲ್ಪಟ್ಟು ಎಂತೆಂಥದೋ ಮಹತ್ವಪೂರ್ಣವಾದದ್ದನ್ನು ಕಟ್ಟಿಕೊಟ್ಟಿದ್ದಾರೆ. ಅಲ್ಲಿ ಲೇಖಕರು, ಕಲಾವಿದರು, ಕಾರ್ಮಿಕರು ಬೀದಿ ಬದಿಯ ವ್ಯಾಪಾರಸ್ಥರು ಮತ್ತು ಕೆಲವು ಅಪರೂಪದ ತಿಂಡಿಗಳನ್ನೆಲ್ಲ ಪರಿಚಯಿಸಿದ್ದಾರೆ. ಇಲ್ಲೆಲ್ಲ ನಾನಿದ್ದೇನೆ ಎನ್ನುವಂತೆ. ರಷ್ಯಾದಲ್ಲಿ ನಡೆಯುತ್ತಿರುವ ವಿಶ್ವಕಪ್ ಫುಟ್‌ಬಾಲ್ ಆಟಗಳ ಅಂತಿಮ ಘಟ್ಟದ ಸಂದರ್ಭದಲ್ಲಿ ಇದನ್ನು ಬರೆಯುತ್ತಿದ್ದೇನೆ. ಫುಟ್‌ಬಾಲ್‌ನ ದಂತಕಥೆಗಳಾದ ಪೀಲೆ, ಮರಡೋನ ಮುಂತಾದವರ ದೇಶಗಳು ಕೊನೆಯ ಹಂತದವರೆಗೂ ಬರದೆ ಮಧ್ಯದಲ್ಲಿಯೇ ಸೋತಿವೆ. ಕೆಲವು ಅಪೂರ್ವ ವಸ್ತುಗಳಲ್ಲಿ ಕಿ.ರಂ. ಅವರು ಕೊಟ್ಟ ಪೀಲೆಯ ಭಾವಚಿತ್ರವೂ ಕೂಡ, ವ್ಯಥೆಯಿಂದ ನರಳುವಂತೆ ಕಾಣುತ್ತದೆ. ಇವೆಲ್ಲವನ್ನು ಸರ್ಟಿಫೈ ಮಾಡುವಂತೆ ಬೇಂದ್ರೆಯವರನ್ನು ಕುರಿತು ಅತ್ಯಂತ ಅಮೋಘವಾಗಿ ಮಾತಾಡುತ್ತಿದ್ದರು. ಹಾಗೆಯೇ ಮತ್ತೆ ಮತ್ತೆ ತಮ್ಮ ಎದೆಯನ್ನು ಕೈಯಿಂದ ರಬ್ ಮಾಡಿಕೊಳ್ಳುತ್ತಿದ್ದರು. ಆ ಚಾರಿತ್ರಿಕ ಉಪನ್ಯಾಸ ಮುಗಿಯಿತು. ಅವರು ಹೊರಗೆ ಬಂದು ಕೂತರು. ಸಾಕಷ್ಟು ಆಯಾಸಗೊಂಡಿದ್ದರು. ಪಕ್ಕದಲ್ಲಿ ಡಾ॥ ವಿಜಯಮ್ಮ, ನಾವೆಲ್ಲ ನಿಂತಿದ್ದೆವು. ವಾಹನಕ್ಕಾಗಿ ಕಾಯುತ್ತಿದ್ದರು. ನಾನು ಸ್ವಲ್ಪ ಸಮಯ ಅಲ್ಲಿದ್ದು ಮನೆಗೆ ಹೋದೆ. ಕೇರಳದಿಂದ ಯು.ಆರ್.ಅನಂತಮೂರ್ತಿಯವರು "ಶೂದ್ರ, ಕಿ.ರಂ. ತುಂಬಾ ಒದ್ದಾಡುತ್ತಿದ್ದಾನಂತೆ ಹೋಗು ಅಲ್ಲಿಗೆ" ಎಂದರು. ಅದೇ ಸಮಯಕ್ಕೆ ಮತ್ತೊಂದು ಕರೆಬಂತು ಗೆಳೆಯರಿಂದ; ಕಿ.ರಂ. ಅವರು ನಿಧನರಾದರು ಎಂದು. ಕಿ.ರಂ. ಅವರ ಆ ಬೇಂದ್ರೆ ಉಪನ್ಯಾಸದ ಜೊತೆಗೆ; ಎಷ್ಟೋ ಬಾರಿ ನನಗೆ ಗೊತ್ತಿಲ್ಲದೆಯೇ ರವೀಂದ್ರನಾಥ್ ಟಾಗೂರ್ ಅವರು ತಮ್ಮ ಎಂಬತ್ತನೆಯ ಹುಟ್ಟುಹಬ್ಬದ ದಿವಸ ಶಾಂತಿನಿಕೇತನದಲ್ಲಿ ಮಾತಾಡಿದ ಕೊನೆಯ ಉಪನ್ಯಾಸ ನೆನಪಿಗೆ ಬರುತ್ತಿದೆ. ಅದರ ವಿಷಯ: "ಕಲ್ಚರಲ್ ಕ್ರೈಸಿಸ್" ಎಂದು. ಈ ದೃಷ್ಟಿಯಿಂದ ಈ ನನ್ನ ಮಹಾನ್ ಗುರು ನಾನಾ ವಿಧವಾದ ಸಾಂಸ್ಕೃತಿಕ ಆಯಾಮಗಳನ್ನು ಪರಿಚಯಿಸಿ ಹೋದವರು.

ಈಗ ಅವರಿಂದ ಪರಿಚಯವಾದ ಎಲ್ಲವೂ ಮತ್ತೆ ಮತ್ತೆ ಮುಖಾಮುಖಿ ಯಾಗುತ್ತಲೇ ಇರುತ್ತದೆ. ಹಾಗೆಯೇ ಅವರು ಬದಲಾಯಿಸಿದ ನಾಲ್ಕೂ ಮನೆಗಳೂ ನನ್ನ ಮನೋಲೋಕದಲ್ಲಿ ಅಲ್ಲಿಯ ಪುಸ್ತಕಗಳು, ಕ್ಯಾಸೆಟ್‌ಗಳು, ಸಿ.ಡಿ.ಗಳು ಮತ್ತು ಸಿಗರೇಟು ಹಾಗೂ ಬೀಡಿ ತುಂಡುಗಳು ಹಾಗೆಯೇ ಎಂತೆಂಥದೋ ಮಾತುಕತೆ;

ಎಲ್ಲಾ ಕಾಲಕ್ಕೂ ನಮ್ಮ ಅಸ್ಮಿತೆಗಳನ್ನು ನಾನಾ ಹಂತಗಳಿಗೆ ಕರೆದುಕೊಂಡು ಹೋಗುವ ಪರಿಕರಗಳಂತೆ ಆಪ್ತವಾಗಿ ಕಾಣಿಸಿಕೊಳ್ಳುತ್ತಲೇ ಇರುತ್ತವೆ. ಜೊತೆಗೆ ಅವರ ಶ್ರೀಮತಿಯವರು "ಶೂದ್ರ, ಹೊಸದಾಗಿ ಈ ಕವಿತೆಗಳನ್ನು ಅನುವಾದ ಮಾಡಿದ್ದೇನೆ, ಓದುತ್ತೇನೆ" ಎಂಬ ಧ್ವನಿಯೂ ಮುಂದೆ ನಿಲ್ಲುತ್ತದೆ. ಇದೂ ಸಾಲದೆಂಬಂತೆ ಮತ್ತೆ ಮತ್ತೆ 'ಜಾಗೃತ ಸಾಹಿತ್ಯ ಸಮಾವೇಶ' ಪೀಡಿಸುತ್ತಲೇ ಇರುತ್ತದೆ. ಯಾಕೆಂದರೆ ಅದನ್ನು ಮುಂದುವರೆಸಲು ಲಂಕೇಶ್, ಡಿ.ಆರ್. ನಾಗರಾಜ್ ಮತ್ತು ಶಾಂತಿನಾಥ ದೇಸಾಯಿ ಹಾಗೂ ಅನಂತಮೂರ್ತಿಯವರ ಜೊತೆ ಒಂದು ಅದ್ಭುತ ಟಿಪ್ಪಣಿ ಸಿದ್ಧಪಡಿಸಿದ್ದರು. ಅದರಲ್ಲಿ ಅನಂತಮೂರ್ತಿಯವರನ್ನು ಅಧ್ಯಕ್ಷರನ್ನಾಗಿ ಮಾಡಿ, ಕಿ.ರಂ. ಮತ್ತು ನನ್ನನ್ನು ಸಂಚಾಲಕರನ್ನಾಗಿ ಮಾಡಿ ಮುದ್ರಿಸಿ ಯಾರ್ಯಾರಿಗೋ ಲಂಕೇಶ್ ಅವರು ತಲುಪಿಸಿದ್ದರು. ಈಗ ಅಪರೂಪಕ್ಕೆ ಎಂದಾದರು ಆ ಟಿಪ್ಪಣಿಯನ್ನು ನೋಡಿದಾಗ, ಯಾಕೆ 'ಜಾಗೃತ ಸಾಹಿತ್ಯ ಸಮಾವೇಶ'ವನ್ನು ಮುಂದುವರೆಸಲು ಆಗಲಿಲ್ಲ ಎಂದು ಕೆಣಕುವಂತೆ ಭಾಸವಾಗುತ್ತದೆ.

ಇವೆಲ್ಲದರ ಮಧ್ಯೆ: ಇವರು ಕಿ.ರಂ., ಹೀಗೆ ಬದುಕಿದರು, ಯೋಚಿಸಿದರು, ಅಭಿರುಚಿಯನ್ನು ನಿರಂತರ ಬಿತ್ತುವ ವಿದ್ಯಾರ್ಥಿಗಳನ್ನು ಕರ್ನಾಟಕದ ಮೂಲೆ ಮೂಲೆಗಳಲ್ಲಿ ಸೃಷ್ಟಿಸಿ ಹೋಗಿದ್ದಾರೆ ಎಂಬ ಆಪ್ತವಾದ ಲೇಖನಗಳಿವೆ. ಒಂದು ಕವಿತಾ ಸಂಗ್ರಹಕ್ಕೆ ಆಗುವಷ್ಟು ಅತ್ಯುತ್ತಮ ಕವಿತೆಗಳು ಹುಟ್ಟಿಕೊಂಡಿವೆ. ಹಾಗೆಯೇ 'ನಿಜದ ನಾಡೋಜ' ಎಂಬುದನ್ನು ಸದಾ ನೆನಪು ಮಾಡುವಂತೆ; ಅವರ ಹೆಸರಿನಲ್ಲಿ ಕಿ.ರಂ. ಅವರ ಆಪ್ತ ಶಿಷ್ಯ ನಲ್ಲೂರು ಪ್ರಸಾದ್ ಅವರು ತಮ್ಮ ಗುರುವಿನ ಹೆಸರಿನಲ್ಲಿ 'ಪ್ರಜ್ಞಾ ಪ್ರತಿಷ್ಠಾನ' ಎಂಬ ಸಂಸ್ಥೆಯನ್ನು ಪ್ರಾರಂಭಿಸಿ ಪ್ರತಿವರ್ಷ 'ಕಿ.ರಂ.: ಸಂಸ್ಕೃತಿ ಪ್ರಶಸ್ತಿ'ಯನ್ನು ನೀಡುತ್ತಿದ್ದಾರೆ. ಇದರ ಮೊದಲನೆಯ ಪ್ರಶಸ್ತಿಯನ್ನು ನನಗೆ ಕೊಟ್ಟಾಗ; ಸಂಭ್ರಮಿಸಿದೆ. ಇದನ್ನು ಯು.ಆರ್. ಅನಂತಮೂರ್ತಿಯವರ ಮೂಲಕ ಕೊಡಿಸಿದ್ದು; ಗೌರವದ ಸಂಕೇತವಾಗಿ ನನ್ನ ಮನಸ್ಸಿನಲ್ಲಿ ಉಳಿದಿದೆ. ಅಂದು ಸಭೆಯಲ್ಲಿ ಈ 'ನಿಜದ ನಾಡೋಜ' ಅವರ ಮಕ್ಕಳು ಸಾಕ್ಷೀಭೂತರಾಗಿ ಇದ್ದರು. ಅದೇ ಸಮಯದಲ್ಲಿ ಅನಂತಮೂರ್ತಿಯವರು ಆಡಿದ ಒಂದೊಂದು ನುಡಿಯೂ ನನ್ನ ಮನಸ್ಸಿನಲ್ಲಿ ಯಾವಯಾವುದೋ ಆಪ್ತ ಸಂದರ್ಭದಲ್ಲಿ ಗುನುಗುನಿಸುತ್ತಿರುತ್ತದೆ. ಆಗ ಸಾಂಸ್ಕೃತಿಕ ಚೈತನ್ಯಗಳೇ ದಟ್ಟಗೊಂಡಂತೆ ಗೋಚರಿಸುತ್ತದೆ. ಎಷ್ಟಾದರೂ ಇದು ಅವರು ಕಟ್ಟಿಕೊಟ್ಟ 'ಮನೋಲೋಕ'. ಮತ್ತಷ್ಟು ಓದುತ್ತಲೇ ಹೋಗಬೇಕು ಅನ್ನಿಸುತ್ತದೆ. ಅರಿವಿನ ಬಾಗಿಲುಗಳು ಸದಾ ತೆರೆದಿರಲಿ ಎಂಬ ಆಶಯದೊಂದಿಗೆ.....

ಅವರು ನಿಂತಲ್ಲಿ ಕೂತಲ್ಲಿ
ಸಾಂಸ್ಕೃತಿಕವಾಗಿ ದೊಡ್ಡ
ಪ್ರಮಾಣದಲ್ಲಿ ಆವರಿಸಿಕೊಂಡು
ಬಿಡುತ್ತಿದ್ದರು. ಮತ್ತೊಂದು
ಮುಖ್ಯ ವಿಷಯವೆಂದರೆ,
ಅನಗತ್ಯವಾಗಿ ತಾವಾಗಿಯೇ
ಎಲ್ಲಿಯೂ ಮೂಗು ತೂರಿಸಲು
ಹೋಗುತ್ತಿದ್ದವರಲ್ಲ.

ಕಿ.ರಂ. ನಿಂತಲ್ಲೆಲ್ಲ ಗುರುಪೀಠ

"ಸಮಾಜದ ಯಾವುದೇ ಸ್ತರದ ಜನರಿರಲಿ, ಸಮಾನ ಆಸಕ್ತಿಯ ವಿಷಯವೊಂದನ್ನು ಹುಡುಕಿ, ಅವರೊಡನೆ ಸಂಬಂಧ ಬೆಳೆಸುವಂಥ ಕುಶಲತೆ ಕಿ.ರಂ. ಅವರಲ್ಲಿತ್ತು. ಇದು ಸಾಧ್ಯವಾಗಿದ್ದು ಅವರ ತಿರುಗಾಟದಿಂದ ಮತ್ತು ಮಾತುಗಾರಿಕೆಯಿಂದ ಎಂದು ನನ್ನ ಅನಿಸಿಕೆ. ತಿರುಗಾಟದಿಂದ ಲಭ್ಯವಾಗುವ ಜನಸಂಪರ್ಕವು ಹೊಸ ಅನುಭವವನ್ನು ಧಾರೆಯೆರೆಯುತ್ತದೆ ಮಾತ್ರವಲ್ಲ. ಮಾತುಗಾರಿಕೆಯನ್ನೂ ಕೊಡುತ್ತದೆ. ಕನ್ನಡದಲ್ಲಿ ಶಿವರಾಮ ಕಾರಂತ, ಅನಕೃ ಮೊದಲಾದವರನ್ನು ಬಿಟ್ಟರೆ ಅತಿಹೆಚ್ಚು ಕರ್ನಾಟಕವನ್ನು ಅಲೆದವರಲ್ಲಿ ಕಿ.ರಂ. ಅವರೇ ಇರಬೇಕು. ತಮ್ಮ ತಿರುಗಾಟಗಳಿಂದ ನಾಡಿನ ತುಂಬ ಅವರು ಅಭಿಮಾನಿಗಳನ್ನು ಗಳಿಸಿಕೊಂಡಿದ್ದರು. ಸಣ್ಣ ಪುಟ್ಟ ಊರುಗಳಿಗೆಲ್ಲ ಕಷ್ಟಪಟ್ಟು ಹೋಗಿ ತಮ್ಮ ತಿಳಿವನ್ನು ಮಾತಿನ ಮೂಲಕ ಹಂಚುತ್ತಿದ್ದರು. ಇದು ಊರಮಕ್ಕಳಿಗೆಲ್ಲ ಮೊಲೆಯುಣಿಸಿಕೊಂಡು ತಿರುಗುವ ತಾಯಿಯನ್ನು ನೆನಪಿಸುತ್ತಿತ್ತು. ಅವರ ಪ್ರೀತಿ ಮತ್ತು ಅರಿವಿನ ಹಾಲುಂಡವರಲ್ಲಿ ಎಲ್ಲ ಧರ್ಮದ ಎಲ್ಲ ಜಾತಿಯ ಎಲ್ಲ ಪ್ರದೇಶದ ಜನರಿದ್ದಾರೆ. ಅವರೊಬ್ಬ ಜಾತಿಮತಾತೀತವಾಗಿ ಸ್ವೀಕಾರ ಪಡೆದಿದ್ದ ಶ್ರೇಷ್ಠ ಮೇಷ್ಟರು. ಗುರುಶಿಷ್ಯರ ನಡುವೆ ಸಾಮಾನ್ಯವಾಗಿ ಇರುವ ಕೃತಕ ಅಂತರವನ್ನು ಕಳೆದು ಸ್ನೇಹಿತನಾಗಿ ಬಿಡುತ್ತಿದ್ದ ಗುರು. ಗುರುಸ್ನೇಹಿತನಾಗಿ ರೂಪಾಂತರ ಪಡೆಯುವುದು ಎಲ್ಲರಿಗೂ ಸಾಧ್ಯವಿಲ್ಲ. ಜತೆಗೆ ತರಗತಿಯ ಒಳಗೆ ಗುರುವಾಗಿರುವುದು ದೊಡ್ಡ ಸಂಗತಿಯಲ್ಲ. ತರಗತಿಯಾಚೆ ಇರುವ ಜನಕ್ಕೆ ಗುರುವೆನಿಸಿಕೊಳ್ಳುವುದು ದೊಡ್ಡ ಸಂಗತಿ. ಕಿ.ರಂ. ನಮ್ಮ ನಿಜಾರ್ಥದಲ್ಲಿ ನಾಡೋಜರಾಗಿದ್ದರು."

– ಡಾ. ರಹಮತ್ ತರೀಕೆರೆ

ನನ್ನ ನೆನಪಿನಂಗಳದಲ್ಲಿ ತುಂಬಿಕೊಂಡಿರುವ ಕೆಲವೇ ದೊಡ್ಡ ವ್ಯಕ್ತಿಗಳಲ್ಲಿ ಕಿ.ರಂ. ನಾಗರಾಜ ಅವರೂ ಒಬ್ಬರು. ಅವರ ಪರಿಚಯದ ನಲವತ್ತೊಂದು ವರ್ಷಗಳಲ್ಲಿ ಬದುಕಿನ ನಾನಾ ಮುಖಗಳನ್ನು ಅರಿಯಲು ಸಾಧ್ಯವಾಗಿದೆ. ಇಲ್ಲಿ ಪರಿಚಯ ಎನ್ನುವುದಕ್ಕಿಂತ 'ದಿವ್ಯ ಸಾನಿಧ್ಯ' ಎಂದು ಭಾವಿಸುವೆ. ನಮ್ಮ ಪುರಾಣಗಳಲ್ಲಿ ಬರುವ ಗುರು ಪರಂಪರೆಗೆ ಸೇರಿದವರು. 'ಗುರು' ಎನ್ನುವುದಕ್ಕೆ ಶಬ್ದಕೋಶದಲ್ಲಿ ಉಪಾಧ್ಯಾಯ, ಪುರೋಹಿತ, ಹಿರಿಯ, ಬೃಹಸ್ಪತಿ, ಮಠದ ಅಧಿಪತಿ, ಘನವಾದ, ಭಾರವಾದ ಮುಂತಾದ ಅರ್ಥಗಳಿವೆ. ಜಗತ್ತಿನ ಬೇರೆ ಬೇರೆ ಭಾಷೆಗಳ ಶಬ್ದಕೋಶಗಳಲ್ಲಿ ಇದೇ ರೀತಿಯ ಅರ್ಥಗಳನ್ನು ಪಡೆದಿರಬಹುದು. ಹಾಗೆ ನೋಡಿದರೆ ವಿಶ್ವದ ಮಹಾಮಹಿಮರೆಲ್ಲ ಗುರುಸಾನಿಧ್ಯದಿಂದಲೇ ಬೆಳೆದವರು. ಒಟ್ಟು ಅನುಭವವನ್ನು ತುಲನಾತ್ಮಕವಾಗಿ ನೋಡಿಕೊಳ್ಳಲು ಸಾಧ್ಯವಾಗುವುದೇ 'ಗುರು'ವಿನ ಸೂಕ್ಷ್ಮ ಸಂವೇದನೆಯ ಮೂಲಕ. ಹಾಗೆಯೇ ಎಲ್ಲವನ್ನು ಬೆಳೆಸಿ; ನೋಡುವಂತೆ ಸಂಭ್ರಮಿಸುವ ಮಾರ್ಗದರ್ಶಿಯೂ ಇರಬಹುದು. ಈ ಚೌಕಟ್ಟಿನಲ್ಲಿ ನಾನು ಕಂಡಂತೆ 'ಅವಧೂತ' ವ್ಯಕ್ತಿತ್ವವನ್ನು ಕಿ.ರಂ. ಅವರು ಹೊಂದಿದ್ದರು. ಈ ಬದುಕಿನಲ್ಲಿ ಎಲ್ಲವೂ ಸಂಮೋಹಕವಾಗಿರುವಂಥದ್ದೆ; ಯಾವುದರಿಂದಲೂ ಹಿಂದಿರುಗಿ ಬೆನ್ನು ತೋರಿಸುವಂತಾಗಬಾರದು ಎಂದು ಅರಿವನ್ನು ವಿಸ್ತರಿಸುತ್ತ ಹೋದವರು. ಅವರು ನಿಂತಲ್ಲಿ ಕೂತಲ್ಲಿ ನಡೆದಾಡಿದ ಕಡೆಯಲ್ಲೆಲ್ಲ 'ಗುರುಪೀಠ' ಆತ್ಮೀಯವಾಗಿ ನೆಲೆಯೂರಿ ಬಿಡುತ್ತಿತ್ತು. ಅಷ್ಟರಮಟ್ಟಿಗೆ ಜ್ಞಾನದ ವಿವಿಧ ಧಾರೆಗಳನ್ನು ಪರಿಚಯಿಸಿ ಮುಂದೆ ನಡೆದು ಬಿಡುತ್ತಿದ್ದರು. ಮತ್ತೆ ಮತ್ತೆ ಮೆಲುಕು ಹಾಕಿಕೊಳ್ಳುವ ಸದಭಿರುಚಿಯು ಅವರಿಗೆ ಮುಖಾಮುಖಿಯಾದವರಿಗೆಲ್ಲ ಆಗಿದೆ. ಅವರಿಗಿಂತ ಎಷ್ಟೋ ವರ್ಷ ಹಿರಿಯರಾದವರೆಲ್ಲ ಕಿ.ರಂ. ಅವರ ಮಾತನ್ನು ನಮ್ರತೆಯಿಂದ ಆಲಿಸಿದವರಿದ್ದಾರೆ. ಅವರು ಸೃಜನಶೀಲ ಲೇಖಕರಿರಬಹುದು, ಸಮಾಜ ವಿಜ್ಞಾನಿಗಳಿರಬಹುದು ಅಥವಾ ರಾಜಕಾರಣಿಗಳಿರಬಹುದು.

ಕೆ.ವಿ. ಸುಬ್ಬಣ್ಣನವರು ತಮ್ಮ ಹೆಗ್ಗೋಡಿನ ಸಾಂಸ್ಕೃತಿಕ ಚಟುವಟಿಕೆಗಳನ್ನು ವಿಶಾಲ ಕರ್ನಾಟಕಕ್ಕೆ ತೆರೆದಿಟ್ಟವರು. ಎಂತೆಂಥ ಅದ್ಭುತ ಚರ್ಚೆ, ಸಂವಾದ ಮತ್ತು ಪ್ರಕಟನೆಗಳು ಅಲ್ಲಿಂದ ಹೊರಟಿದೆ. ಅದನ್ನು ಕೆಲವು ವರ್ಷ ಡಿ.ಆರ್. ನಾಗರಾಜ್ 'ಅಕ್ಷರ ಚಿಂತನೆ'ಯ ಚೌಕಟ್ಟಿನಲ್ಲಿ ಬಹುದೊಡ್ಡ ಪ್ರಮಾಣದಲ್ಲಿ ಆವರಿಸಿಕೊಂಡಿದ್ದ. ಅವನು ಕಾಲವಾದ ನಂತರ ಕೆ.ವಿ. ಸುಬ್ಬಣ್ಣನವರು ಪೆಚ್ಚಾಗಿದ್ದರು. ಒಮ್ಮೆ ಅವರು ಬೆಂಗಳೂರಿನಲ್ಲಿ ಸಿಕ್ಕಿದಾಗ "ಶೂದ್ರ, ಡಿ.ಆರ್. ನಾಗರಾಜ್ ಅವರ ಸ್ಥಾನವನ್ನು ತುಂಬುವಂಥವರು ಯಾರಾದರೂ ಇದ್ದರೆ ಅವರ ಹೆಸರನ್ನು ಸೂಚಿಸು" ಎಂದರು. ನಾನು ಹಿಂದು ಮುಂದು ನೋಡದೆ ಕಿ.ರಂ. ಅವರ ಹೆಸರನ್ನು ಸೂಚಿಸಿದೆ. ಸಂಪರ್ಕಿಸಿದರು. ಕಿ.ರಂ. ಒಪ್ಪಿಕೊಂಡರು. ಕೆಲವು ದಿವಸಗಳ ನಂತರ ಸುಬ್ಬಣ್ಣನವರಿಂದ ಒಂದು ಪತ್ರ ಬಂತು. "ಶೂದ್ರ, ಕಿ.ರಂ.

ಅವರನ್ನು ಇಲ್ಲಿಯವರೆಗೆ ನಾವು ಬಳಸಿಕೊಳ್ಳದೆ ಬಿಟ್ಟಿದ್ದು ತಪ್ಪಾಯಿತು. ಅಷ್ಟರಮಟ್ಟಿಗೆ ಡಿ.ಆರ್. ನಾಗರಾಜ್ ಸ್ಥಾನವನ್ನು ತುಂಬಬಲ್ಲ ದೊಡ್ಡ ಚಿಂತಕ" ಎಂದು ಬರೆದರು. ಇದನ್ನು "ಕಿ.ರಂ. ನಾಗರಾಜ ಕಟ್ಟಿಕೊಟ್ಟ ಮನೋಲೋಕ" ಎಂಬ 'ಕನಸಿಗೊಂದು ಕಣ್ಣು' ಅಂಕಣದ ದೀರ್ಘ ಲೇಖನದಲ್ಲಿ ಪ್ರಸ್ತಾಪಿಸಿದ್ದೆ. ಯಾಕೆಂದರೆ ಅವರು ನಿಂತಲ್ಲಿ ಕೂತಲ್ಲಿ ಸಾಂಸ್ಕೃತಿಕವಾಗಿ ದೊಡ್ಡ ಪ್ರಮಾಣದಲ್ಲಿ ಆವರಿಸಿಕೊಂಡು ಬಿಡುತ್ತಿದ್ದರು. ಮತ್ತೊಂದು ಮುಖ್ಯ ವಿಷಯವೆಂದರೆ, ಅನಗತ್ಯವಾಗಿ ತಾವಾಗಿಯೇ ಎಲ್ಲಿಯೂ ಮೂಗು ತೂರಿಸಲು ಹೋಗುತ್ತಿದ್ದವರಲ್ಲ. ಆದರೆ ಉಡಾಫೆಯಿಂದ ಮಾತಾಡಿದರೆ ಮತ್ತು ಬರೆದರೆ ಸಿಡಿಮಿಡಿಗೊಳ್ಳುತ್ತಿದ್ದರು. ಇದಕ್ಕೆ ಮುಖ್ಯ ಕಾರಣ: ಅವರ ಓದು ಮತ್ತು ಅಧ್ಯಯನ ಅಷ್ಟು ಅಗಾಧವಾಗಿತ್ತು. ಅದು ಕೇವಲ ಒಂದು ವಿಷಯಕ್ಕೆ ಸಂಬಂಧಿಸಿದ್ದು ಮಾತ್ರವಲ್ಲ. ಚಿತ್ರಕಲೆ, ಸಂಗೀತ, ಆಟ ಮತ್ತು ನೋಟ ಎಲ್ಲವೂ ಸೇರಿಕೊಂಡು ಬಿಡುತ್ತಿತ್ತು.

ನಾನು 1985ರಲ್ಲಿ 'ಭಾರತ–ಚೀನಾ ಮೈತ್ರಿಕೂಟ'ದಿಂದ ಚೀನಾಗೆ ಹೋದಾಗ; ಅಲ್ಲಿಯ ಕಲಾವಿದರು ಚೀನಾವನ್ನು ಹೇಗೆ ನೋಡಿದ್ದಾರೆ ಎಂಬುದನ್ನು ಕುರಿತು ಸಾಕಷ್ಟು ಮಾಹಿತಿಯನ್ನು ಕೊಟ್ಟಿದ್ದರು. ಇದರ ಜೊತೆಗೆ ಒಂದು ಅಮೂಲ್ಯ ಪುಸ್ತಕವನ್ನು ಕೊಟ್ಟರು. ಅದರ ಹೆಸರು 'ಚೀನಾ ಇನ್ ಇಯರ್ 2001' ಎಂದು. ಅದರ ಲೇಖಕಿ ಹಾನ್‌ಸುಯಿನ್. 1967ರಲ್ಲಿಯೇ ಚೀನಾ ಇನ್ನು ಮೂವತ್ತೈದು ವರ್ಷಗಳಲ್ಲಿ ಹೇಗಿರಬಹುದೆಂದು ಅದ್ಭುತವಾಗಿ ಚರ್ಚಿಸಿರುವ ಕೃತಿ. ಈಕೆ ಕಳೆದ ವರ್ಷ ಸ್ವಿಡ್ಜರ್‌ಲ್ಯಾಂಡ್‌ನಲ್ಲಿ ತನ್ನ ತೊಂಬತ್ತನೇ ವಯಸ್ಸಿನಲ್ಲಿ ತೀರಿಕೊಂಡಳು. ಚೀನಾದ ಸಾಂಸ್ಕೃತಿಕ ಕ್ರಾಂತಿಯಲ್ಲಿ ಭಾಗವಹಿಸಿದವಳು. ಮಾವೊ ಮತ್ತು ಚೌ ಎನ್ ಲಾಯ್ ಅವರಿಗೆ ತುಂಬ ಹತ್ತಿರವಾಗಿದ್ದವಳು. ಈ ಕೃತಿಯಂತೂ ಚೀನಾವನ್ನು ಗುಮಾನಿಯಿಂದ ನೋಡುತ್ತಿದ್ದ ಅಮೆರಿಕ ಮತ್ತು ಯೂರೋಪಿನ ಮಂದಿಗೆ ಒಂದು ಹೊಸ ನೋಟವನ್ನೇ ಕೊಟ್ಟಿತು. ಇದನ್ನು ಕುರಿತು ಚೀನಾದಲ್ಲಿ ಸುತ್ತಾಡುವಾಗ ಚೀನಾದ ಗೆಳೆಯರ ಬಳಿ ಪ್ರಸ್ತಾಪಿಸಿದಾಗ; ಖುಷಿಪಟ್ಟಿದ್ದರು. ಹಾಗೆ ನೋಡಿದರೆ ಚೀನಾವನ್ನು ಅರಿಯಲು ಹಾನ್ ಸುಯಿನ್‌ಳ ಈ ಕೃತಿಯು ಸಾಕಷ್ಟು ಸಹಾಯ ಮಾಡಿತ್ತು. ಇದರ ಮೂಲಕವೇ ಮಾವೋ ಅವರ 'ಸಾಹಿತ್ಯ ಮತ್ತು ಕಲೆ'ಗೆ ಸಂಬಂಧಿಸಿದ ಸಾಕಷ್ಟು ಲೇಖನಗಳನ್ನು ಅನುವಾದಿಸಿ 'ಶೂದ್ರ'ದಲ್ಲಿ ಪ್ರಕಟಿಸಲು ಸಾಧ್ಯವಾಗಿತ್ತು. ಇದೇ ರೀತಿಯಲ್ಲಿ 1986ರಲ್ಲಿ ಕಲ್ಕತ್ತೆಗೆ ಕರ್ನಾಟಕ ಸಾಹಿತ್ಯ ಅಕಾಡೆಮಿಯ ಮೂಲಕ ಹೋದಾಗ; ಒಂದು ವಿವರವಾದ ನೀಲನಕ್ಷೆಯನ್ನು ಆ ಮಹಾನಗರದ ಬಗ್ಗೆ ಕೊಟ್ಟಿದ್ದರು. ಕಲ್ಕತ್ತೆಯಲ್ಲಿ ನಲವತ್ತೊಂದು ದಿನ ಸುತ್ತಾಡುವಾಗ ಕಿ.ರಂ. ಅವರು ಕೊಟ್ಟ ಒಂದೊಂದು ಮಾಹಿತಿಯೂ ನನಗೆ ಒಂದು ರೀತಿಯಲ್ಲಿ ಗೈಡ್ ಆಗಿತ್ತು. ಅದರಲ್ಲೂ ಎರಡು ಮೂರು ಬಾರಿ ಅಪರೂಪದ ಕಾಲೇಜ್ ಸ್ಟ್ರೀಟನ್ನು

ನೋಡುವಾಗ ಮತ್ತು ಸುತ್ತಾಡುವಾಗ; ಅವರು ಈ ಬೀದಿಯ ಬಗ್ಗೆ ಹೇಳಿದ ಎಲ್ಲಾ ಮಾತು ಗುನುಗುನಿಸುತ್ತಿತ್ತು. ಜಗತ್ತಿನಲ್ಲಿ ಪುಸ್ತಕ ಸಂಸ್ಕೃತಿ ಹಾಗೂ ಸಾಂಸ್ಕೃತಿಕ ಲೋಕಕ್ಕೆ ಸಂಬಂಧಿಸಿದ ಈ ರೀತಿಯ ಒಂದು ಬೀದಿ ಇರಲು ಸಾಧ್ಯವಿಲ್ಲ. ಲಂಡನ್ನಿನಲ್ಲಿ, ಪ್ಯಾರಿಸ್‌ನಲ್ಲಿ, ಇಟಲಿಯ ಮಿಲಾನ್ ಮತ್ತು ರೋಮ್‌ನಲ್ಲಿ ಸುತ್ತಾಡುವಾಗ ಕಲ್ಕತ್ತೆಯ ಕಾಲೇಜ್ ಸ್ಟ್ರೀಟನ್ನು ನೆನಪು ಮಾಡಿಕೊಂಡಿದ್ದೇನೆ. ಯಾಕೆಂದರೆ ಆ ಬೀದಿ ಅಕ್ಷರಮಟ್ಟಿಗೆ ನನ್ನ ಮನಸ್ಸಿನಲ್ಲಿ ಆವರಿಸಿಕೊಂಡು ಬಿಟ್ಟಿದೆ. ಡೊಮಿನಿಕ್ ಲೇಪಿಯರ್ ಬರೆದ 'ದಿ ಸಿಟಿ ಆಫ್ ಜಾಯ್' ಕೃತಿಯನ್ನು ಸಂಕ್ಷಿಪ್ತವಾಗಿ ಪರಿಚಯಿಸಿದ್ದರು. ಈ ಕೃತಿಯನ್ನು ಬರೆಯುವ ಸಮಯಕ್ಕೆ ಅವರ 'ಫ್ರೀಡಮ್ ಅಟ್ ಮಿಡ್‌ನೈಟ್' ಎಂಬ ಸ್ಮರಣೀಯ ಕೃತಿಯು ಬಂದಿರಲಿಲ್ಲ. ಆ ಬೀದಿಯಲ್ಲಿ ಸುಮ್ಮನೆ ಓಡಾಡುತ್ತ ಕೈಗೆ ಸಿಕ್ಕಿದ ಒಂದೊಂದು ಕೃತಿಯನ್ನು ಕೈಗೆ ತೆಗೆದುಕೊಂಡಾಗ; ನೂರಾರು ವರ್ಷಗಳಿಂದ ಇಲ್ಲಿವೆಯೇನೋ ಎಂಬ ಅಭಿಪ್ರಾಯವನ್ನು ಮೂಡಿಸದಿರದು. ಅದರ ಜೊತೆಗೆ ಕೃತಿಗಳ ಬೆನ್ನುಡಿಗಳನ್ನು ಅವಲೋಕಿಸುತ್ತ ಹೋದರೂ ಎಷ್ಟೋ ಜ್ಞಾನ ಭಂಡಾರವನ್ನು ನಮ್ಮೊಳಗೆ ಬಿಟ್ಟುಕೊಳ್ಳಲು ಸಾಧ್ಯ. 1986ರ ನಂತರ 2010ರಲ್ಲಿ ಮತ್ತೆ ಕಲ್ಕತ್ತೆಗೆ ಹೋದಾಗ ಅದು ಕೊಲ್ಕೊತ್ತ ಆಗಿತ್ತು. ಆದರೆ ಅಲ್ಲಿಯ ಪ್ರಸಿದ್ಧ ಇಂಗ್ಲಿಷ್ ಪತ್ರಿಕೆ 'ದಿ ಡೈಲಿ ಟೆಲಿಗ್ರಾಫ್' ಪತ್ರಿಕೆ ಯಾರನ್ನು ಲೆಕ್ಕಿಸದೆ ಕಲ್ಕತ್ತೆಯನ್ನೇ ಉಳಿಸಿಕೊಂಡಿದೆ. ಅದರ ಸಂಪಾದಕ: ರುದ್ರಾಂಶು ಮುಖರ್ಜಿ, ಖ್ಯಾತ ಇತಿಹಾಸಕಾರರು.

ಆತನು ಸಂಪಾದಿಸಿರುವ 'ದಿ ಗ್ರೇಟ್ ಸ್ಪೀಚಸ್ ಆಫ್ ಮಾಡರ್ನ್ ಇಂಡಿಯಾ' ಕೃತಿಯಂತೂ ಅರ್ಥಪೂರ್ಣವಾದದ್ದು. ಒಂದು ರೀತಿಯಲ್ಲಿ ರೆಫರೆನ್ಸ್ ಕೃತಿಯಂತೆ ನಮ್ಮಲ್ಲಿರತಕ್ಕಂಥದ್ದು. ಒಮ್ಮೆ ಈ ಕೃತಿಯನ್ನು ಕಿ.ರಂ. ಅವರ ಬಳಿಗೆ ತೆಗೆದುಕೊಂಡು ಹೋದಾಗ; ನಾವಿಬ್ಬರೂ ಎರಡು ಮೂರು ಭಾಷಣದ ಲೇಖನಗಳನ್ನು ಓದಿ ಚರ್ಚಿಸಿದ್ದೆವು. ಒಂದು ವರ್ಷ ಬೆಂಗಳೂರಿನ ಪುಸ್ತಕಾಲಯಗಳಲ್ಲಿ ಹುಡುಕಿದರೂ; ನನಗೆ ಆಡೆನ್‌ನ ಒಟ್ಟು ಕಾವ್ಯ ಸಂಗ್ರಹ ಸಿಕ್ಕಿರಲಿಲ್ಲ. ಆದರೆ ಕಿ.ರಂ. ಅವರು ಕಾಲವಾಗುವುದಕ್ಕೆ ಹಿಂದಿನ ದಿವಸ "ನನ್ನ ಬಳಿ ಆ ಪುಸ್ತಕ ಇದೆ. ಜೆರಾಕ್ಸ್ ಮಾಡಿ ಕೊಡುವೆ" ಎಂದಿದ್ದರು. ನಾನು ಖುಷಿಯಿಂದ ಮಾನಸಿಕವಾಗಿ ಕುಣಿದಾಡಿದ್ದೆ. ಆದರೆ ಅದರ ಮಾರನೆಯ ದಿವಸ ಸಂಜೆ ಸುಚಿತ್ರ ಫಿಲಂ ಸೊಸೈಟಿಯ ಸಭಾಂಗಣದಲ್ಲಿ ಬೇಂದ್ರೆಯವರ ಬಗ್ಗೆ ಮಾತಾಡುತ್ತಲೇ ಒದ್ದಾಡುತ್ತಿದ್ದರೂ ಅದ್ಭುತವಾಗಿ ಮಾತಾಡಿದ್ದರು. ಇದಾದ ಎರಡು ಗಂಟೆಗೆ ಕಾಲವಾದರು. ಕೊನೆಗೆ ಆಡೆನ್ ಪುಸ್ತಕ ವನ್ನು ಕಲ್ಕತ್ತೆಯ ಕಾಲೇಜು ಬೀದಿಯಲ್ಲಿ ಒಂದು ಇಂಗ್ಲಿಷ್ ಪುಸ್ತಕದಂಗಡಿಯ ಮುಂದೆ ನಿಂತು ಆ ಕೃತಿಯನ್ನು ಕೇಳಿದೆ. ಅಂಗಡಿಯ ಯಜಮಾನ ನನ್ನನ್ನು ಅಂಗಡಿಯ ಬಳಿಯೇ ಇರಲು ಹೇಳಿ ಕೇವಲ ಐದೇ ನಿಮಿಷದಲ್ಲಿ ಆ ಪುಸ್ತಕವನ್ನು ತಂದುಕೊಟ್ಟಿದ್ದ. ಆ ಕ್ಷಣದಲ್ಲಿ ಮಾನಸಿಕವಾಗಿ ಆ ಕೃತಿಯನ್ನು ಕಿ.ರಂ. ಅವರಿಗೆ ಅರ್ಪಿಸಿಬಿಟ್ಟೆ. ಅವ್ಯಕ್ತ

ಅನನ್ಯತೆ ತುಂಬಿಕೊಂಡಿತು. ಹಿಂದೆ ಕಲ್ಕತ್ತೆಯಿಂದ ಬೆಂಗಳೂರಿಗೆ ಬಂದಮೇಲೆ ಸತ್ಯಜಿತ್‌ರಾಯ್, ಉತ್ಪಲದತ್, ಮದರ್‌ಥೆರೇಸಾ ಮುಂತಾದ ಮಹನೀಯರನ್ನು ಭೇಟಿಯಾಗಿದ್ದನ್ನು ಸಂಭ್ರಮದಿಂದ ವಿವರಿಸಿದ್ದೆ. ಹಾಗೆಯೇ ಶಾಂತಿನಿಕೇತನ ಮತ್ತು ಶರಶ್ಚಂದ್ರ ಚಟರ್ಜಿಯವರು ಓಡಾಡಿದ ಜಾಗವನ್ನೆಲ್ಲ ಪ್ರಸ್ತಾಪಿಸಿದ್ದೆ. ಇದರ ಜೊತೆಗೆ ಕಲ್ಕತ್ತೆ ತುಂಬಿಕೊಂಡಿರುವ ಪ್ರತಿಮೆಗಳು ಒಟ್ಟು ವಾತಾವರಣಕ್ಕೆ ಹೇಗೆ ವಿಕಾರಗೊಂಡಿವೆ ಎಂಬುದರ ಬಗ್ಗೆ ವಿಷಾದದಿಂದ ಹೇಳಿದ್ದೆ. ಅದಕ್ಕೆ ಅವರು ತಮ್ಮ ಮಾಮೂಲಿ ಸಂತನ ಗುಣದಿಂದ "ಇತಿಹಾಸವೆಂದರೆ ಯಾವಾಗಲೂ ಹೀಗೆಯೇ ಇರೋದು" ಎಂದು ತಲೆತಗ್ಗಿಸಿ ಹೇಳಿದ್ದರು. ಕಿ.ರಂ. ಅವರ ಮಾತಿನ ವಿಶೇಷವೆಂದರೆ; ಎಂದೂ ನೇರವಾಗಿ ಮುಖಕೊಟ್ಟು ಮಾತಾಡಿದವರಲ್ಲ.

ಇದೇ ತಿಂಗಳು ನಾಲ್ಕರಂದು ರವಿವಾರ 'ಕಾವ್ಯಮಂಡಲ ಮತ್ತು ಜೆನ್ ಸೆಂಟರ್' ಸಂಸ್ಥೆಯವರು 'ಕಿ.ರಂ. ನಾಗರಾಜ ಮಾತು ಬರಹ ವ್ಯಕ್ತಿತ್ವ' ಕುರಿತು ಇಡೀ ದಿವಸ ಚರ್ಚೆ ಮತ್ತು ಮಾತುಕತೆ ಇತ್ತು. ನಿಜವಾಗಿಯೂ ಅಪರೂಪದ ಕಾರ್ಯಕ್ರಮ. ಇದರಲ್ಲಿ ಡಾ. ರಾಜೇಂದ್ರ ಚೆನ್ನಿಯವರು ತುಂಬ ದೀರ್ಘವಾಗಿ ಮಾತಾಡಿ ಕಿ.ರಂ. ಅವರ ವ್ಯಕ್ತಿತ್ವವನ್ನು ವಿವರಿಸಿದರು. ಆಗ ಅವರು "ಕಾವ್ಯವೇ ಜ್ಞಾನ ಎಂಬ ಬಹುದೊಡ್ಡ ನಂಬಿಕೆಯನ್ನು ಹೊಂದಿದ್ದವರು ಕಿ.ರಂ. ನಾಗರಾಜ" ಎಂದು ಹೇಳಿದಾಗ; ನನ್ನ ಮನಸ್ಸು ಎಷ್ಟೋ ವರ್ಷಗಳ ಹಿಂದಕ್ಕೆ ಹೋಗಿತ್ತು. ಒಮ್ಮೆ ಯಾವುದೋ ಕಾರ್ಯಕ್ರಮ ಮುಗಿಸಿಕೊಂಡು ಬೆಂಗಳೂರಿನ ನಾಗಸಂದ್ರ ವೃತ್ತದ ಬಳಿಯ ಕಿ.ರಂ. ಅವರ ಮನೆಗೆ ಯು.ಆರ್. ಅನಂತಮೂರ್ತಿಯವರ ಜೊತೆ ಹೋದೆವು. ಶ್ರೀಕೃಷ್ಣ ಆಲನಹಳ್ಳಿ, ಜಿ.ಎಸ್. ಸದಾಶಿವ, ಡಿ.ಆರ್. ನಾಗರಾಜ್ ಮುಂತಾದವರು ಇದ್ದರು. ಹೀಗೆ ಮಾತುಕತೆಯ ಮಧ್ಯೆ ಬೆಳಗ್ಗೆ 11:30ರ ಸುಮಾರಿಗೆ ಕಾವ್ಯವನ್ನೇ ಪ್ರಧಾನವಾಗಿಟ್ಟುಕೊಂಡು ಚರ್ಚೆ ಪ್ರಾರಂಭವಾಯಿತು. ಚರ್ಚೆ ಪು.ತಿ.ನ. ಹಾಗೂ ಗೋಪಾಲಕೃಷ್ಣ ಅಡಿಗರನ್ನು ಕುರಿತು ಪ್ರಾರಂಭವಾಯಿತು. ಯಾರ ಬಳಿಯೂ ಪಠ್ಯವಿರಲಿಲ್ಲ. ಆದರೆ ಅನಂತಮೂರ್ತಿಯವರು, ಕೃಷ್ಣ ಆಲನಹಳ್ಳಿ, ಡಿ.ಆರ್. ನಾಗರಾಜ್ ಮತ್ತು ಕಿ.ರಂ. ಅವರು ಒಂದೊಂದು ಕವಿತೆಯನ್ನು ವಿಶ್ಲೇಷಿಸುತ್ತ ಸಂವಾದಕ್ಕೆ ಜೀವ ತುಂಬುತ್ತಿದ್ದರು. ಇಲ್ಲಿ ಮಹತ್ವಪೂರ್ಣ ವಿಷಯವೆಂದರೆ; ಕೃಷ್ಣ ಆಲನಹಳ್ಳಿಯವರು ಪು.ತಿ.ನ. ಅವರ ಒಟ್ಟು ಕಾವ್ಯ ತಮ್ಮ ಮನಸ್ಸಿನಲ್ಲಿ ಹಾಗೂ ಗಂಟಲಿನಲ್ಲಿ ತುಂಬಿಕೊಂಡಿರುವ ರೀತಿಯಲ್ಲಿ ಉದ್ಧರಿಸುತ್ತಿದ್ದರು. ಈ ವಿಷಯದಲ್ಲಿ ಕೇವಲ ಡಿ.ಆರ್. ನಾಗರಾಜ್ ಮತ್ತು ಕಿ.ರಂ. ನಾಗರಾಜ ಅವರು ಕಾವ್ಯ ಪಟಿಂಗರು ಎಂದು ತಿಳಿದಿದ್ದೆ. ಆಲನಹಳ್ಳಿಯವರು ಪು.ತಿ.ನ. ಅಡಿಗರಿಗಿಂತ ದೊಡ್ಡ ಕವಿ ಎಂದು ಅಗ್ರೇಸಿವ್ ಆದ ನೆಲೆಯಿಂದ ಚರ್ಚಿಸಲು ಶುರು ಮಾಡಿದ್ದರು. ಈ ದೃಷ್ಟಿಯಿಂದ ರಾತ್ರಿ ಹತ್ತು ಗಂಟೆಯವರೆಗೂ ಈ ಕಾವ್ಯ ದಿಗ್ಗಜರ ಕುರಿತು ಚರ್ಚೆ ಮುಂದುವರೆಯಿತು. ಹತ್ತು ಗಂಟೆಯಾದರೂ ಸಂವಾದ ಇನ್ನೂ

ಅಪೂರ್ಣ ಎನ್ನುವ ಮನಸ್ಥಿತಿಯಲ್ಲಿ ಚರ್ಚೆಯನ್ನು ಮುಂದುವರೆಸಲು ಉತ್ಸಾಹ ತುಂಬಿಕೊಂಡಿದ್ದರು. ನನ್ನ ಜೀವನದಲ್ಲಿ ಕಂಡ ಅಪರೂಪದ ಚರ್ಚೆ. ಇದಕ್ಕಿಂತ ಹಿಂದೆ ದ.ರಾ. ಬೇಂದ್ರೆಯವರು ಕಾಲವಾದ ಸಂದರ್ಭದಲ್ಲಿ ಅವರನ್ನು ಕುರಿತು ಒಂದು ವಿಶೇಷಾಂಕ ತರಲು ಸಿದ್ಧತೆ ನಡೆಸಿದ್ದೆವು. ಆಗ ಇಂಥದೇ ಚರ್ಚೆ ನಡೆದಿತ್ತು. ಆದರೆ ಈ ಪ್ರಮಾಣದಲ್ಲಿ ಅಲ್ಲ.

ಮೊನ್ನೆ 'ಕಾವ್ಯಮಂಡಲ'ದ ಕಾರ್ಯಕ್ರಮದಲ್ಲಿ ಕಿ.ರಂ. ಅವರ ಲೇಖನಗಳ 'ತೆರೆದ ಪಠ್ಯ'ವನ್ನು ಸಿದ್ಧಪಡಿಸಿರುವ ನಟರಾಜ್ ಹುಳಿಯಾರ್ ಅವರೂ ಅರ್ಥಪೂರ್ಣವಾಗಿ ಮಾತಾಡಿದರು. ಆಗ ಅವರು "ಕಿ.ರಂ. ನಾಗರಾಜ ಅವರನ್ನು ನಮ್ಮ ಮನಸ್ಸಿನಲ್ಲಿ ಜೀವಂತವಾಗಿ ಇರಿಸಿಕೊಳ್ಳುವಷ್ಟು ಮುಖ್ಯ. ಕಿ.ರಂ. ನಿಧನರಾಗಿ ಮೂರು ವರ್ಷ ಕಳೆದಿದೆ. ಆದರೂ ಅವರು ಈಗಲೂ ನನ್ನ ಜೊತೆಯಲ್ಲಿ ಇದ್ದಾರೆ ಎಂಬ ಭಾವನೆ ಮೂಡುತ್ತಿದೆ. ಅವರ ಸಿಟ್ಟು, ಪ್ರೀತಿ, ಕಾವ್ಯ ಎಲ್ಲವೂ ನೆನಪಾಗುತ್ತಿದೆ. ಕೈಲಾಸಂ ಅವರನ್ನು ಈಗಲೂ ಜನರು ನೆನಪಿಸಿ ಕೊಳ್ಳುತ್ತಿದ್ದಾರೆ. ಕಿ.ರಂ. ಅವರದ್ದು ಕೈಲಾಸಂ ಮಾದರಿಯ ವ್ಯಕ್ತಿತ್ವ" ಎಂದರು. ಹೀಗೆಯೇ ಎಷ್ಟೊಂದು ಮಂದಿ ಲೇಖಕರು, ಕಲಾವಿದರು ತಮ್ಮ ಅನುಭವಗಳನ್ನು ತೆರೆದಿಟ್ಟರು. ಕಿ.ರಂ. ಅವರನ್ನು ಕುರಿತಂತೆ ಅರ್ಥಪೂರ್ಣ ಕವಿತೆಗಳನ್ನು ವಾಚಿಸಿದರು.

ಅವರ ಮನೆಯಲ್ಲಿ ಕಳೆದ ನಾಲ್ಕು ದಶಕಗಳಲ್ಲಿ ನೂರಾರು ಗಂಟೆ ಹಿಂದೂಸ್ತಾನಿ ಸಂಗೀತವನ್ನು ಕೇಳಿದ್ದೇನೆ. ಈಗ ನನ್ನ ಬಳಿ ಇರುವ ಸಾಕಷ್ಟು ಸಂಗೀತ ಸಿ.ಡಿ.ಗಳ ಮೇಲೆ ಕಿ.ರಂ. ಅವರ ಮುಖಮುದ್ರೆ ಇರುವಂತೆ ಭಾಸವಾಗುತ್ತದೆ. ಇದನ್ನು ಬರೆಯುವ ಸಮಯಕ್ಕೆ ಗೆಳೆಯ ಪ್ರದೀಪ ಮಾಲ್ಗುಡಿಯವರು ಇಡೀ ರಾತ್ರಿ ಮತ್ತು ಬೆಳಗಿನ ಜಾವದವರೆಗೆ ಕಾರ್ಯಕ್ರಮ ರೂಪಿಸಿದ್ದಾರೆ. ಆ ಕಾರ್ಯಕ್ರಮದ ಶೀರ್ಷಿಕೆ: 'ಕಾಡುವ ಕಿ.ರಂ.' ಎಂದು. ಇದೇ ಪ್ರದೀಪ್ ಮಾಲ್ಗುಡಿಯವರು ಕಳೆದ ವರ್ಷ 'ನಿಜದ ನಾಡೋಜ' ಕೃತಿಯನ್ನು ಸಂಪಾದಿಸಿದ್ದಾರೆ. ಕಿ.ರಂ. ಅವರು ಪ್ರತಿವರ್ಷ 'ಶಿವರಾತ್ರಿ'ಯ ಹಬ್ಬದ ಸಂಭ್ರಮವನ್ನು ಕಾವ್ಯಕ್ಕಾಗಿಯೇ ಮೀಸಲಿಡುತ್ತಿದ್ದರು. ಇದರ ಮುಂದಿನ ಭಾಗವನ್ನು ಮತ್ತೆ ಎಂದಾದರು ದಾಖಲಿಸುವೆ. ಯಾಕೆಂದರೆ ಈ ಗುರುವನ್ನು ಚರ್ಚಿಸಲು ಇನ್ನೂ ಬೇಕಾದಷ್ಟಿದೆ.

ಕಿರಂ
ಲೋಕ
ಈಗ ಕಿ.ರಂ.
ಅವರು ಇಲ್ಲ. ಅವರು
ತಯಾರು ಮಾಡಿದ
ನೂರಾರು ಜನ
ಶಿಷ್ಯರಿದ್ದಾರೆ.

ಕಿ.ರಂ. ತಲುಪಿಸುತ್ತಿದ್ದ ಮಾದರಿಗಳ ಜಾಡು

ಕಿ.ರಂ. ಎಂದರೆ ಕೇವಲ ಸಾಹಿತ್ಯಿಕ ಮತ್ತು ಸಾಂಸ್ಕೃತಿಕ ವ್ಯಕ್ತಿ ಮಾತ್ರ ಆಗಿರಲಿಲ್ಲ. ಕಳೆದ 'ಮಾತು ಮೌನದ ಮುಂದೆ' ಅಂಕಣದಲ್ಲಿ 'ಕಿ.ರಂ. ನಿಂತಲ್ಲೆಲ್ಲ ಗುರುಪೀಠ' ಎಂದು ಪ್ರಸ್ತಾಪಿಸಿದ್ದೆ. ಇದರ ಮುಂದುವರಿದ ಭಾಗವಾಗಿ ನಮ್ಮಲ್ಲಿಯ ಅತ್ಯುತ್ತಮ ಚಿಂತನೆಗಳನ್ನು ತಲುಪಿಸುವುದಕ್ಕೆ ಸಂಘಟನಾತ್ಮಕ ಚಟುವಟಿಕೆಯು ಮಹತ್ವಪೂರ್ಣವಾದದ್ದು. ಎಪ್ಪತ್ತರ ದಶಕದಿಂದಲೂ ಎರಡು ಸಾವಿರದ ಹತ್ತರವರೆಗೂ; ಅವರು ಎಂದೂ ಶೂನ್ಯವಾಗಿಯೋ ಅಥವಾ ನಿರ್ಲಿಪ್ತವಾಗಿಯೋ ಇದ್ದುದನ್ನು ನಾನು ಕಂಡೇ ಇಲ್ಲ. ಈ ನಾಲ್ಕು ದಶಕಗಳ ಕಾರ್ಯವ್ಯಾಪ್ತಿಯನ್ನು ನೆನಪು ಮಾಡಿಕೊಂಡಾಗ ಮನಸ್ಸಿಗೆ ಖುಷಿಯಾಗುವುದು. ಯಾಕೆಂದರೆ ಅಕ್ಷರಮಟ್ಟಿಗೆ ನಮ್ಮನ್ನು; ಅಂದರೆ ಅವರ ಸಂಪರ್ಕಕ್ಕೆ ಬಂದವರನ್ನೆಲ್ಲ ಲವಲವಿಕೆಯಿಂದ ಚಿಂತಿಸುವಂತೆ, ಕಾರ್ಯ ಪ್ರವೃತ್ತರಾಗಿರುವಂತೆ ಚೇತೋಹಾರಿಯಾಗಿಡುತ್ತಿದ್ದರು. ಕೇವಲ ಇಷ್ಟು ಮಾತ್ರ ಅಲ್ಲ, ಪ್ರೊ. ಎಂ.ಡಿ. ನಂಜುಂಡಸ್ವಾಮಿಯವರು ಎರಡನೆಯ ಸಮಾಜವಾದಿ ಪಕ್ಷದ ಕಚೇರಿಯನ್ನು ಮುಖ್ಯವಾಗಿ 'ಯುವಜನ ಸಭಾ ಘಟಕ'ವನ್ನು ಬೆಂಗಳೂರಿನ ಮೆಜೆಸ್ಟಿಕ್ ಬಳಿಯ ಸುಬೇದಾರ್ ಛತ್ರಂ ರಸ್ತೆಯ ರಾಮಕೃಷ್ಣ ಲಾಡ್ಜ್‌ನ 'ಬೋಧಿವೃಕ್ಷ'ದ ಕೆಳಗೆ ಕಳೆದ ಸಂಜೆಗಳು ಎಷ್ಟೊಂದು ಅರ್ಥಪೂರ್ಣ ಅನ್ನಿಸುತ್ತದೆ. ಇದನ್ನು ಬೇರೆ ಬೇರೆ ಸಂದರ್ಭದಲ್ಲಿ ಪ್ರಸ್ತಾಪಿಸಿದ್ದರೂ, ಇಲ್ಲಿ ಮತ್ತೊಮ್ಮೆ ಹೇಳುವ ಅಗತ್ಯವಿದೆ. ಪ್ರೊ. ಎಂ.ಡಿ.ಎನ್. ಅವರು ಎಷ್ಟು ಪುರೋಹಿತಶಾಹಿ ವಿರೋಧಿಗಳು ಎಂಬುದು ಎಲ್ಲರಿಗೂ ಗೊತ್ತಿರುವ ವಿಷಯವೇ ಆಗಿತ್ತು. ಆದರೆ ಅದನ್ನು ಅವರು ಬ್ರಾಹ್ಮಣ ಮಿತ್ರರ ಮುಂದೆ ಮುಚ್ಚಿಟ್ಟು ವ್ಯವಹರಿಸುತ್ತಿರಲಿಲ್ಲ. ಎಷ್ಟೋ ಬಾರಿ ಕಿ.ರಂ. ಅವರು ಮತ್ತು ರಮಾಕಾಂತ್ ಅವರು ಇದಕ್ಕೆ ಸಂಬಂಧಿಸಿದ ಕರಪತ್ರಗಳನ್ನು ಪ್ರೊ. ಎಂ.ಡಿ.ಎನ್. ಅವರಿಗೆ ಸಿದ್ಧಪಡಿಸಿಕೊಡುತ್ತಿದ್ದರು. ಆ ಕಾಲಕ್ಕೆ ಕಿ.ರಂ. ಅವರ ರೀತಿಯಲ್ಲಿ ಸೂ. ರಮಾಕಾಂತ್ ಅವರು ನಾನಾ ವಿಷಯಗಳ ಬಗ್ಗೆ ಸಿದ್ಧತೆಯನ್ನು ಬೆಳೆಸಿಕೊಂಡಿದ್ದವರು. ಉತ್ತಮ ಕಥೆಗಾರರಾಗಿದ್ದರು. ಅವರ 'ಅಸಹಜ'

ಕಥಾಸಂಕಲನ ಸಾಕಷ್ಟು ಚರ್ಚೆಯಾದ ಕೃತಿ. ನಾನು 'ಶೂದ್ರ' ತುರ್ತು ಪರಿಸ್ಥಿತಿ ವಿರೋಧಿ ಸಂಚಿಕೆಯನ್ನು ತಂದು ಅದನ್ನು ಜಯಪ್ರಕಾಶ್ ನಾರಾಯಣ್ ಅವರಿಗೆ ಅರ್ಪಿಸಿದ್ದೆ. ಇದಕ್ಕೆ ರಮಾಕಾಂತ್ ಅವರು ಸಾಕಷ್ಟು ಸಹಾಯ ಮಾಡಿದ್ದರು. ನಾನು ಬಂಧನಕ್ಕೆ ಒಳಗಾದಾಗ ಎಲ್ಲ ಪ್ರತಿಗಳನ್ನು ಪೊಲೀಸಿನವರು ಸೀಸ್ ಮಾಡಿದ್ದರು. ಶ್ರೇಷ್ಠ ಸಮಾಜವಾದಿ ಚಿಂತಕ ಕಿಷನ್ ಪಾಟ್ನಾಯಕ್ ಅವರ ತುಂಬ ಚರ್ಚೆಯಾದ 'ಬಾಟಾ ಬ್ರಾಮಿನ್ಸ್' ಲೇಖನವನ್ನು 'ಶೂದ್ರ'ಕ್ಕೆ ಅನುವಾದ ಮಾಡಿಕೊಟ್ಟಿದ್ದರು ರಮಾಕಾಂತ್ ಅವರು. ಮುಂದೆ ಖಾದ್ರಿ ಶಾಮಣ್ಣನವರ ಕಾರಣಕ್ಕಾಗಿ ಸಂಯುಕ್ತ ಕರ್ನಾಟಕದಲ್ಲಿ ಮತ್ತು ಕನ್ನಡಪ್ರಭದಲ್ಲಿ ದುಡಿದರು ಹಿರಿಯ ಪತ್ರಕರ್ತರಾಗಿ.

ಪ್ರೊ. ಕಿ.ರಂ. ನಾಗರಾಜ ಅವರು ಆ ರೀತಿಯಲ್ಲಿ ಪಾರದರ್ಶಕ ವ್ಯಕ್ತಿತ್ವವನ್ನು ಹೊಂದಿದ್ದರಿಂದ ಸಂಘಟನಾತ್ಮಕವಾಗಿ ಎಂಥವರನ್ನೂ ತಮ್ಮೆಡೆಗೆ ಸೆಳೆಯುವ ಚೈತನ್ಯವನ್ನು ಪಡೆದಿದ್ದರು. ಬಹಳಷ್ಟು ಮಂದಿ ಕಿ.ರಂ. ಅವರು ತುಂಬ ನಿರ್ದಾಕ್ಷಿಣ್ಯದ ವ್ಯಕ್ತಿ ಮತ್ತು ಸಿಟ್ಟಿನ ವ್ಯಕ್ತಿತ್ವವನ್ನು ಹೊಂದಿರುವಂಥವರು ಎಂದು ಕೆಲವರು ದೂರ ಉಳಿದು ಬಿಡುತ್ತಿದ್ದರು. ಒಂದು ದೃಷ್ಟಿಯಿಂದ ನಿಜ ಅನ್ನಿಸಿದರೂ; ಅದೇ ಪೂರ್ಣ ಸತ್ಯವಾಗಿರಲಿಲ್ಲ. ಯಾಕೆಂದರೆ ಅವರು ಉಡಾಫೆಯಿಂದ ವರ್ತಿಸುವ ಮತ್ತು ಡೋಂಗಿತನದಿಂದ ನಡೆದುಕೊಳ್ಳುವ ಮಂದಿಯನ್ನು ಎಂದೂ ಸಹಿಸಿದವರಲ್ಲ.

ಏನೇ ಹೊಸ ಕಾರ್ಯಕ್ರಮ ರೂಪಿಸಿದರೆ, ಎಲ್ಲಿಗೆ ಬೇಕಾದರೂ ಬರುತ್ತಿದ್ದರು. ಹಾಗೂ ಹಣಕಾಸಿನ ಸಹಾಯಕ್ಕೆ ಸಂಬಂಧಿಸಿದಂತೆ ಹಿಂದುಮುಂದು ನೋಡುತ್ತಿದ್ದ ವರಲ್ಲ. ಕೆಲವು ಅಮಾಯಕರು ಸಾಮಾಜಿಕ ನ್ಯಾಯಕ್ಕೆ ಹತ್ತಿರವಾಗಿರುವ ಕೃತಿಗಳನ್ನು ಪ್ರಕಟಿಸಿ ತಂದರೆ; ಅವುಗಳ ಒಂದಷ್ಟು ಪ್ರತಿಗಳನ್ನು ತಾವೇ ಕೊಂಡು ಹಂಚುತ್ತಿದ್ದರು. 'ಮುಕ್ತ'ದಂಥ ರಚನಾತ್ಮಕ ರಂಗಭೂಮಿ ತಿಂಗಳ ಪತ್ರಿಕೆಯನ್ನು ತಂದಾಗ; ಅವರ ಮನೆಯಲ್ಲಿ ನಡೆಸಿದ ಚರ್ಚೆಗಳೇ ರೋಮಾಂಚನಕಾರಿಯಾದದ್ದು. ರಂಗಭೂಮಿಯ ಸೂಕ್ಷ್ಮ ಸಂವೇದನೆಯ ನಿರ್ದೇಶಕ ಪ್ರಸನ್ನ ಇದರ ಸಂಪಾದಕರಾಗಿದ್ದರು. ನಾನು ಉಪಸಂಪಾದಕನಾಗಿದ್ದೆ. ಇದರಲ್ಲಿ ಲಂಕೇಶ್ ಅವರು ಬಿ.ವಿ.ಕಾರಂತರಂಥ ಅದ್ಭುತ ವ್ಯಕ್ತಿಯನ್ನು ದೃಷ್ಟಿಯಲ್ಲಿಟ್ಟುಕೊಂಡು ತುಂಟತನದಿಂದ ದ.ಕ.ಗಳು (ದಕ್ಷಿಣ ಕನ್ನಡದವರು) ನಂಬಿಕೆಗೆ ಅನರ್ಹರು ಎಂದು ಬರೆದಿದ್ದರು. ಇದನ್ನು ಕಾರಂತರು ತುಂಬ ಸೆನ್ಸಿಟಿವಾಗಿ ತೆಗೆದುಕೊಂಡು ಒದ್ದಾಡಿದ್ದರು. ಆಗ ನಾನು ಇನ್ನೂ 'ಶೂದ್ರ' ಪ್ರಾರಂಭಿಸಿರಲಿಲ್ಲ.

ಮುಂದೆ ದಲಿತಕವಿ ಸಿದ್ದಲಿಂಗಯ್ಯನವರ ಹೊಲೆಮಾದಿಗರ ಹಾಡು ಕವನಗಳು ಬಂದಾಗ ಎಷ್ಟೊಂದು ಸಂಭ್ರಮ ಪಟ್ಟಿದ್ದರು. ಆ ಎಲ್ಲ ಕವನಗಳು 'ಶೂದ್ರ' ದಲ್ಲಿ ಪ್ರಕಟಗೊಂಡವು. ಅದನ್ನು ಸಂಕಲನ ರೂಪದಲ್ಲಿ ತರಲು ಕಿ.ರಂ. ಅವರು ತಮ್ಮ ಮನೆಯಲ್ಲಿ ಒಂದು ಸಭೆಯನ್ನು ಕರೆದಿದ್ದರು. ಸಿದ್ದಲಿಂಗಯ್ಯನವರು ಆಗ ತಾನೇ

ಬೆಂಗಳೂರಿನ ಸರಕಾರಿ ಕಾಲೇಜಿನಿಂದ ಬೆಂಗಳೂರು ವಿಶ್ವವಿದ್ಯಾಲಯದಲ್ಲಿ ಎಂ.ಎ.ಗೆ ಸೇರಿದ್ದರು. 'ಹೊಲೆಮಾದಿಗರ ಹಾಡು' ಸಂಕಲನ ಬಂದಾಗ ಕಿ.ರಂ., ಕೆ. ಮರುಳ ಸಿದ್ದಪ್ಪ, ಕೆ.ವಿ. ನಾರಾಯಣ ಮತ್ತು ಪ್ರಸನ್ನ ಅವರು ದುಡ್ಡು ಹಾಕಿ ಪ್ರಕಟಿಸಿದ್ದರು. ಮತ್ತು ಸಾಕಷ್ಟು ಪ್ರತಿಗಳನ್ನು ಸಿದ್ದಲಿಂಗಯ್ಯ ಅವರಿಗೆ ಕೊಟ್ಟರು. ಹಾಗೆಯೇ ಆ ಸಂಕಲನದ ಬಗ್ಗೆ ಗಂಭೀರ ಅಭಿಪ್ರಾಯ ಮೂಡಿಸಲು ಕೆ.ವಿ. ನಾರಾಯಣ ಅವರಿಂದ ದೀರ್ಘ ವಿಮರ್ಶೆ ಬರೆಸಿದರು. ಅದನ್ನು 'ಶೂದ್ರ'ದಲ್ಲಿಯೇ ಪ್ರಕಟಿಸಿದೆ. ಅದು ಕರ್ನಾಟಕದ ಉದ್ದಗಲಕ್ಕೂ ಎಂಥ ವೈವಿಧ್ಯಮಯವಾದ ಸಂಚಲನವನ್ನು ಮೂಡಿಸಿತು. ಮುಂದೆ ಇದು ದಲಿತ ಸಮುದಾಯದ ಹೋರಾಟದ ಬದುಕಿಗೆ; ಒಂದು ರೀತಿಯಲ್ಲಿ 'ಮ್ಯಾನಿಫೆಸ್ಟೋ' ಆಯಿತು. ಕಿ.ರಂ. ಅವರು ಬಗಲಿಗೆ ನೇತಾಡುವ ಬ್ಯಾಗಿನಲ್ಲಿ ಈ ಕೃತಿಯನ್ನು ತುಂಬಿಕೊಂಡು ಹಂಚಿದವರು ಮತ್ತು ಅಭಿಪ್ರಾಯ ಮೂಡಿಸುತ್ತ ಹೋದವರು. ಈ ಎಲ್ಲ ಹಿನ್ನೆಲೆಯಿಂದ ಅದು ಸಾಕಷ್ಟು ಮುದ್ರಣಗಳನ್ನು ಕಾಣಲು ಸಾಧ್ಯವಾಯಿತು.

ಕಿ.ರಂ. ಅವರು ಬೆಂಗಳೂರು ವಿಶ್ವವಿದ್ಯಾಲಯದ ಕನ್ನಡ ವಿಭಾಗಕ್ಕೆ ಬರುವ ಮುನ್ನ, ಬೆಂಗಳೂರಿನ ಬಸವನಗುಡಿ ನ್ಯಾಷನಲ್ ಕಾಲೇಜಿನಲ್ಲಿ ಪಾಠದ ಜೊತೆಗೆ ರಂಗಭೂಮಿಯ ಚಟುವಟಿಕೆಗಳನ್ನು ಬೆಳೆಸಿದವರು. ಒಬ್ಬ ನಿಷ್ಠಾವಂತ ಅಧ್ಯಾಪಕ ರಾಗಿದ್ದರಿಂದ ಡಾ.ಎಚ್. ನರಸಿಂಹಯ್ಯ ಅವರಿಗೆ ತುಂಬ ಪ್ರಿಯರಾಗಿದ್ದರು. ಅವರು ಇಲ್ಲಿರುವಾಗಲೇ ಲಂಕೇಶ್ ಅವರು ಸಂಪಾದಿಸಿದ ಬಹುಮುಖ್ಯ ಕಾವ್ಯದ 'ಅಂಥಾಲಜಿ' ಅಕ್ಷರ ಹೊಸ ಕಾವ್ಯ ಬಿಡುಗಡೆಯಾದದ್ದು. ಇಂದಿಗೂ ಅದೊಂದು ಸ್ಮರಣೀಯ ಕಾವ್ಯದ ಅಂಥಾಲಜಿ. ಅದಕ್ಕೆ ಲಂಕೇಶ್ ಅವರು ಬರೆದ ದೀರ್ಘ ಕಾವ್ಯ ಪ್ರವೇಶಿಕೆ ಅತ್ಯಂತ ಮಹತ್ವಪೂರ್ಣವಾದದ್ದು. ಸಾರ್ವಕಾಲಿಕವಾಗಿ ಚರ್ಚಿಸುವಂಥದ್ದು. ಇದರ ಹಿಂದೆ ಕಿ.ರಂ. ಅವರ ಕೊಡುಗೆ ಅಪಾರವಾದದ್ದು. ಮುಂದೆ ಭಾರತ ರಂಗಭೂಮಿ ಕಂಡ ಅಪೂರ್ವ ರಂಗತಜ್ಞ ಮತ್ತು ನಾಟಕಕಾರ. ಪಶ್ಚಿಮ ಬಂಗಾಳದ ಈ ಮೇಧಾವಿ ಬೀದಿನಾಟಕಗಳ ಬಾದಲ್ ಸರ್ಕಾರ್ ಅವರು ಒಂದು ಪರಂಪರೆಯನ್ನೇ ಸೃಷ್ಟಿಸಿಕೊಟ್ಟರು. ಅವರು ಬಸವನಗುಡಿ ನ್ಯಾಷನಲ್ ಕಾಲೇಜಿನಲ್ಲಿ ನಡೆಸಿದ ಬೀದಿ ನಾಟಕಗಳ ಶಿಬಿರದ ಹಿಂದೆ ಇದ್ದ ಚೈತನ್ಯ ಕಿ.ರಂ. ಅವರದ್ದು. ಇದಕ್ಕೆ 'ಸಮುದಾಯ' ರಂಗಭೂಮಿ ತಂಡ ಬೆಂಬಲವಾಗಿತ್ತು. ಇಲ್ಲಿ 'ಸಮುದಾಯ' ಎಂದಿದ್ದಕ್ಕೆ ಅದರ ಹುಟ್ಟು ಕೂಡ ಸ್ವಾರಸ್ಯಪೂರ್ಣವಾದದ್ದು. ರಂಗಭೂಮಿಯ ಹೊಸ ಚಿಂತನೆಗಳಿಗಾಗಿ ಹಾಗೂ ಪ್ರಯೋಗಗಳಿಗಾಗಿ ಹುಟ್ಟಿಕೊಂಡದ್ದು. ಇದರ ಹಿಂದೆ ಪ್ರಸನ್ನ ಅವರ ಯೋಜನೆ ಇದ್ದರೂ; ಇಂಥದೊಂದು ಬೇಕಾಗಿದೆ ಎಂದು ಬೆಂಗಳೂರಿನ ರವೀಂದ್ರ ಕಲಾಕ್ಷೇತ್ರದ ವಿಶ್ರಾಂತಿ ಕೊಠಡಿಯಲ್ಲಿ ಸೇರಿ ಚರ್ಚಿಸಿ ರೂಪಿಸಿದ್ದು. ಕಿ.ರಂ. ಅವರ ಜೊತೆ ನಾವೆಲ್ಲ ಸೇರಿ; ಇಡೀ ದಿವಸ ಚರ್ಚಿಸಿ ಆಕಾರ ತುಂಬಿಸಿದ್ದು. ಇದಾದ ಕೆಲವು

ವರ್ಷಗಳ ನಂತರ ಸಿ.ಜಿ. ಕೃಷ್ಣಸ್ವಾಮಿ 'ಸಮುದಾಯ'ದಿಂದ ದೂರ ಸರಿದಾಗ; 'ರಂಗ ನಿರಂತರ' ತಂಡದ ಹುಟ್ಟು ಮತ್ತು ಸಿ.ಜಿ.ಕೆ.ಯ ಪ್ರತಿಭಾವಂತ ಚಟುವಟಿಕೆ ಎಲ್ಲರಿಗೂ ಗೊತ್ತಿರುವ ವಿಷಯವಾಗಿದೆ. ಇದೇ ಸಮಯದಲ್ಲಿ ಕಿ.ರಂ. ಅವರ ಎರಡು ಮುಖ್ಯ ನಾಟಕಗಳಾದ 'ನೀಗಿಕೊಂಡ ಸಂಸ' ಮತ್ತು 'ಕಾಲಜ್ಞಾನಿ ಕನಕ' ಪ್ರಯೋಗ ಕಂಡಿದ್ದು.

70ರ ದಶಕದ ಪ್ರಾರಂಭದ ದಿನಗಳಲ್ಲಿ 'ಮಾಡಿ ಮಡಿದವರು' ಎಂಬ ಚಲನಚಿತ್ರ ಬಂತು. ಇದು ಬಸವರಾಜ ಕಟ್ಟೀಮನಿಯವರ ಕಾದಂಬರಿಯನ್ನು ಆಧರಿಸಿದ್ದು. ಇದರ ನಿರ್ದೇಶಕರು: ಕೆ.ಎಂ. ಶಂಕರಪ್ಪ, ಸೂಕ್ಷ್ಮ ಸಂವೇದನೆಗಳಿಂದ ಪೂನಾ ಫಿಲಂ ಇನ್‌ಸ್ಟಿಟ್ಯೂಟ್‌ನಿಂದ ಬಂದವರು. ನನಗೆ ಕಲಾತ್ಮಕ ಚಲನಚಿತ್ರಗಳ ಬಗ್ಗೆ ಒಲವು ಬೆಳೆಸಿದವರು. ಇವರು ಕೆ. ಸದಾಶಿವ ಅವರ ಕಥೆಯನ್ನು ಆಧರಿಸಿ ತೆಗೆದ 'ವಾಟರ್ ಇನ್ ದಿ ಟ್ಯಾಪ್' (ನಲ್ಲಿಯಲ್ಲಿ ನೀರು ಬಂತು) ಕಿರುಚಿತ್ರ ಎಲ್ಲರ ಮೆಚ್ಚುಗೆಗೆ ಪಾತ್ರವಾದ ಚಿತ್ರ. ಇದರಲ್ಲಿ ರೆಹನಾ ಸುಲ್ತಾನಳ ಅಮೋಘ ನಟನೆ ಇದೆ.

ಆದರೆ ಶಂಕರಪ್ಪ ಅವರ 'ಮಾಡಿ ಮಡಿದವರು' ಚಿತ್ರದ ಬಗ್ಗೆ ಪತ್ರಿಕೆಗಳಲ್ಲಿ ಉತ್ತಮ ವಿಮರ್ಶೆ ಬರಲಿಲ್ಲ. ಇದಕ್ಕೆ ಕಿ.ರಂ. ಅವರು ಸಿಡಿಮಿಡಿಗೊಂಡು ಅವರ ಮನೆಯಲ್ಲಿ ಒಂದು ಸಭೆ ಕರೆದರು. ಡಿ.ಆರ್. ನಾಗರಾಜ್, ಡಾ. ಜಿ. ರಾಮಕೃಷ್ಣ ಮುಂತಾದವರೆಲ್ಲ ಸೇರಿದರು. ತುಂಬ ಚರ್ಚೆ ಮಾಡಿ; ಆ ಚಿತ್ರವನ್ನು ದೃಷ್ಟಿಯಲ್ಲಿಟ್ಟು ಕೊಂಡು 'ಶೂದ್ರ' ಒಂದು ವಿಶೇಷಾಂಕ ತಂದೆವು. ಆ ಸಂಚಿಕೆಯನ್ನು ಜಗತ್ತಿನ ಶ್ರೇಷ್ಠ ನಿರ್ದೇಶಕನಾದ 'ಬೈಸಿಕಲ್ ಥೀವ್ಸ್'ನ ವಿಕ್ಟೋರಿಯ ಡಿಸಿಕಾಗೆ ಅರ್ಪಿಸಿದೆವು. ಡಿಸಿಕಾ ಅದೇ ಸಮಯಕ್ಕೆ ಇಟಲಿಯಲ್ಲಿ ನಿಧನ ಹೊಂದಿದ್ದ. ಎರಡು ವರ್ಷಗಳ ಹಿಂದೆ ಇಟಲಿಯ

ರೋಮ್ ನಗರದಲ್ಲಿ ಸುತ್ತಾಡುವಾಗ; ಭಾವನಾತ್ಮಕವಾಗಿ ಯಾರ್‍ಯಾರನ್ನೋ ಕೇಳಿದ್ದೆ: 'ವಿಕ್ಟೋರಿಯಾ ಡಿಸಿಕಾ ಗೊತ್ತಾ? ಬೈಸಿಕಲ್ ಥೀವ್ಸ್ ಚಲನಚಿತ್ರ ನೋಡಿದ್ದೀರಾ?' ಎಂದು. ನಾವೇನೋ 'ಮಾಡಿ ಮಡಿದವರು' ಚಿತ್ರಕ್ಕಾಗಿ 'ಶೂದ್ರ' ಒಂದು ಸಂಚಿಕೆ ಯನ್ನೇ ತಂದೆವು. ಆದರೆ ಶಂಕರಪ್ಪ ಸವಾಲಾಗಿ ಮತ್ತೊಂದು ಉತ್ತಮ ಚಿತ್ರವನ್ನು ನಿರ್ದೇಶಿಸಲಿಲ್ಲ. ಪೂರ್ತಿ ಬೌದ್ಧ ಧರ್ಮದ ಓದಿನಲ್ಲಿ ಕರಗಿ ಹೋದರು. ನಮ್ಮ ನೆನಪುಗಳ ಮುಂದೆ ಎಂತೆಂಥ ಪ್ಯಾರಡಾಕ್ಸ್‌ಗಳು ನಡೆದು ಹೋಗುತ್ತಿರುತ್ತವೆ. ಒಮ್ಮೊಮ್ಮೆ ನೆನಪಿನಿಂದ ಎಲ್ಲವನ್ನು ಬಗೆದು ಒಂದೆಡೆ ರಾಶಿ ಹಾಕಿ ಯೋಚಿಸುವಾಗ; ಎಷ್ಟೊಂದು ವಿಷಾದ ತುಂಬಿಕೊಳ್ಳುವುದು. ಈ ರೀತಿಯ ವಿಷಾದಮಯ ಸಂಗತಿಗಳನ್ನು ಕಿ.ರಂ. ಅವರು ಬಂಡಲ್‌ಗಟ್ಟಳೆ ಬಿಟ್ಟು ಹೋಗಿದ್ದಾರೆ ನನ್ನ ಮುಂದೆ.

ಕನ್ನಡ ಸಾಹಿತ್ಯ ಪರಿಷತ್ತಿನ ಶುಷ್ಕ ಕಾರ್ಯಕ್ರಮಗಳನ್ನು ವಿರೋಧಿಸುವುದ ಕ್ಕಾಗಿಯೇ ಕಿ.ರಂ., ಡಿ.ಆರ್. ನಾಗರಾಜ್ ಮತ್ತು ಕೆ.ವಿ. ನಾರಾಯಣ ಅವರ ನೇತೃತ್ವದಲ್ಲಿ 'ಸಮಕಾಲೀನ ವಿಚಾರ ವೇದಿಕೆ' ಎಂಬ ಸಂಘಟನೆಯನ್ನು ಪ್ರಾರಂಭಿಸಿದೆವು. ಸಾಹಿತ್ಯ ಸಮ್ಮೇಳನಗಳ ವಿರುದ್ಧವಾಗಿ ಕಾರ್ಯಕ್ರಮ ರೂಪಿಸಿದೆವು. ಧರಣಿ ಕೂತೆವು ಸಮ್ಮೇಳನ ಸಭಾಂಗಣದ ಮುಂದೆಯೇ. ಮುಂದೆ ಸಾಹಿತ್ಯ ಪರಿಷತ್ತಿನ ಒಟ್ಟು ಅವ್ಯವಹಾರಗಳ ಬಗ್ಗೆ ಎಷ್ಟೊಂದು ಪ್ರತಿಭಟನೆ ನಡೆಸಿದೆವು. 'ಸಮಕಾಲೀನ ವಿಚಾರ ವೇದಿಕೆ' ಅಡಿಯಲ್ಲಿ ಯಾವುಯಾವುದಕ್ಕೋ ಲಕ್ಷಾಂತರ ಕರಪತ್ರಗಳನ್ನು ಪ್ರಕಟಿಸಿ ಹಂಚಿದ್ದೇವೆ. ಪರಿಷತ್ತಿನ ಮುಂದೆ ಯು.ಆರ್. ಅನಂತಮೂರ್ತಿಯಂಥವರೂ ನಮ್ಮ ಜೊತೆಯಲ್ಲಿ ಧರಣಿಯಲ್ಲಿ ಭಾಗವಹಿಸಿದ್ದರು. ಈ ಹಿನ್ನೆಲೆಯಲ್ಲಿಯೇ ಮುಂದೆ ನಾವು 'ಶ್ರೇಷ್ಠತೆ'ಯ ನೆಪದಲ್ಲಿ 'ಜಾಗೃತ ಸಾಹಿತ್ಯ ಸಮ್ಮೇಳನ'ವನ್ನು ಮೂರು ದಿವಸ ಬೆಂಗಳೂರಿನಲ್ಲಿ ನಡೆಸಿದೆವು. ಇದಕ್ಕೆಲ್ಲ ಕಿ.ರಂ. ಅವರು ನಮ್ಮೊಡನೆ ಸಂಚಾಲಕರಾಗಿ ಚಲನಶೀಲತೆಯನ್ನು ತುಂಬುತ್ತಿದ್ದರು. ಇದರ ಹಿಂದೆ ಗೋಪಾಲಕೃಷ್ಣ ಅಡಿಗರು, ಲಂಕೇಶ್, ಯು.ಆರ್. ಅನಂತಮೂರ್ತಿ, ಕೆ.ಎಸ್.ನ, ಯಶವಂತ ಚಿತ್ತಾಲ, ಶಾಂತಿನಾಥ ದೇಸಾಯಿ, ಕೆ.ವಿ. ಸುಬ್ಬಣ್ಣ, ರಾಮಚಂದ್ರ ಶರ್ಮ, ಅನುಪಮಾ ನಿರಂಜನ ಮುಂತಾದವರೆಲ್ಲ ಇದ್ದರು.

ಧಾರವಾಡದ ಸಾಹಿತ್ಯ ಸಮ್ಮೇಳನವನ್ನು ದೃಷ್ಟಿಯಲ್ಲಿಟ್ಟುಕೊಂಡು ನಡೆಸಿದ ಸಮ್ಮೇಳನ 'ಶ್ರೇಷ್ಠತೆ' ಎಂಬುದು ಎಂತೆಂಥ ವಾಗ್ವಾದಕ್ಕೆ ಎಡೆಮಾಡಿಕೊಟ್ಟಿತು. ಆದರೆ ನಮಗೆ 'ಶ್ರೇಷ್ಠತೆ' ಎಂಬುದು ವ್ಯಸನವಾಗಿರಲಿಲ್ಲ. ಸಾಹಿತ್ಯ, ಸಂಸ್ಕೃತಿ ಯಾವಾಗಲೂ ಶ್ರೇಷ್ಠತೆಯ ಆಶಯವನ್ನೇ ಮುಂದಿಟ್ಟುಕೊಂಡು ಹೋಗಬೇಕು ಎಂಬುದು ಹಂಬಲವಾಗಿತ್ತು. ಕೊನೆಗೆ ಜಾಗೃತ ಸಮಾವೇಶವನ್ನು ಪ್ರತೀ ವರ್ಷ ಮುಂದುವರಿಸಿಕೊಂಡು ಹೋಗುವುದಕ್ಕಾಗಿ ಕೆಲವು ಅತ್ಯುತ್ತಮ ಆಶಯಗಳನ್ನು ತುಂಬಿಕೊಂಡ ಒಂದು ದೀರ್ಘ ಟಿಪ್ಪಣಿಯನ್ನು ಸಿದ್ಧಪಡಿಸಿದರು. ಹೀಗೆ ಸಿದ್ಧಪಡಿಸುವಲ್ಲಿ ಶಾಂತಿನಾಥ ದೇಸಾಯಿ, ಲಂಕೇಶ್, ಯು.ಆರ್. ಅನಂತಮೂರ್ತಿ,

ಡಿ.ಆರ್. ನಾಗರಾಜ್ ಮತ್ತು ಕಿ.ರಂ. ಅವರ ಪಾತ್ರ ಮಹತ್ವಪೂರ್ಣವಾದದ್ದು. ಇದಕ್ಕೆ ಅನಂತಮೂರ್ತಿಯವರನ್ನು ಅಧ್ಯಕ್ಷರನ್ನಾಗಿ ಮಾಡಿ ಕಿ.ರಂ. ಅವರನ್ನು ಮತ್ತು ನನ್ನನ್ನು ಸಂಚಾಲಕರನ್ನಾಗಿ ಮಾಡಿ; ಆ ಉದ್ದೇಶಿತ ಟಿಪ್ಪಣಿಯನ್ನು ಲಂಕೇಶ್ ಅವರು ಎರಡು ಸಾವಿರ ಪ್ರತಿಗಳನ್ನು ಮುದ್ರಿಸಿ ಸಂಬಂಧಪಟ್ಟವರಿಗೆಲ್ಲ ತಲುಪುವಂತೆ ವ್ಯವಸ್ಥೆ ಮಾಡಿದರು. ಆದರೆ ನಾನಾ ಕಾರಣಗಳಿಗಾಗಿ 'ಜಾಗೃತ ಸಾಹಿತ್ಯ ವೇದಿಕೆ' ಮುಂದುವರಿಯಲಿಲ್ಲ. ಈಗ ಆ ಮುದ್ರಿತ ಟಿಪ್ಪಣಿಯನ್ನು ನೋಡಿದಾಗಲೆಲ್ಲ ಮನಸ್ಸಿನಲ್ಲಿ 'ಬಿಕೋ' ಎಂಬ ಭಾವನೆ ಆವರಿಸಿಕೊಳ್ಳುತ್ತದೆ.

ಕಿ.ರಂ. ಅವರು ಡಿ.ಆರ್. ನಾಗರಾಜ್ ಜೊತೆಗೂಡಿ 'ಶೂದ್ರ'ದ 15ನೆಯ ವರ್ಷದ ಕಾರ್ಯಕ್ರಮವನ್ನು ಅದ್ಭುತವಾಗಿ ಸಂಘಟಿಸಿದ್ದರು. ಹಿರಿಯ ಪೊಲೀಸ್ ಅಧಿಕಾರಿಗಳಾದ ಅಜಯ್ ಕುಮಾರ್ ಸಿಂಗ್ ಅವರು ಹಿಂದಿಯ ಇಬ್ಬರು ಬಹುಮುಖ್ಯ ಲೇಖಕರು ಬರುವಂತೆ ವ್ಯವಸ್ಥೆ ಮಾಡಿದ್ದರು. ಎಂತೆಂಥ ಹಿರಿಯ ಲೇಖಕರೆಲ್ಲ ಭಾಗವಹಿಸಿದ್ದರು. ಆ ಕಾಲಕ್ಕೆ ಲಂಕೇಶ್ ಅವರು ತಾತ್ಕಾಲಿಕವಾಗಿ 'ಸಾಹಿತ್ಯ'ವೆಂದರೆ ಸಿಡಿಮಿಡಿಗೊಳ್ಳುತ್ತಿದ್ದರು. ಆದರೆ ಈ ಕಾರ್ಯಕ್ರಮದಿಂದ ಪ್ರಭಾವಿತರಾಗಿ ಆಹ್ವಾನ ಪತ್ರಿಕೆಯಲ್ಲಿ ಅವರ ಹೆಸರು ಇಲ್ಲದಿದ್ದರೂ; ಕಿ.ರಂ. ಮತ್ತು ಡಿ.ಆರ್. ನಾಗರಾಜ್‌ಗೆ ತಿಳಿಸಿ ಮೂರನೆಯ ದಿವಸ ಕಾರ್ಯಕ್ರಮದಲ್ಲಿ 'ಅವ್ವ–2' ಕವನವನ್ನು ಓದಿದ್ದರು. ಈ ಸಮಾವೇಶದಲ್ಲಿ ಕಿ.ರಂ. ಅವರು ಕಾವ್ಯದ ಓದಿನ ಹೊಸ ಪರಿಕಲ್ಪನೆಯನ್ನು ಹುಟ್ಟುಹಾಕಿದ್ದರು. ಅದು 'ಸ್ವ ಕಾವ್ಯ ಮತ್ತು ಪರಕಾವ್ಯ' ಎಂದು. ಸ್ವಕಾವ್ಯದ ಕಾರ್ಯಕ್ರಮವನ್ನು ಟಿ.ಎನ್. ಸೀತಾರಾಮ್ ನಿರ್ವಹಿಸಿದರು. ಪರಕಾವ್ಯವನ್ನು ತುಘಲಕ್ ಪಾತ್ರದ ಮಹಾನ್ ನಟ ಸಿ.ಆರ್. ಸಿಂಹ ನಡೆಸಿಕೊಟ್ಟರು. ಲಂಕೇಶ್ ಅವರು ಒಂದು ಪುಟ್ಟ ಟಿಪ್ಪಣಿ ದಾಖಲು ಮಾಡಿದರು: 'ಶೂದ್ರ 15' ಮತ್ತೆ ನನ್ನನ್ನು ಸಾಹಿತ್ಯಕ್ಕೆ ಹಿಂದಿರುಗಿ ಬರೆಯುವಂತೆ ಮಾಡಿತು ಎಂದು. ಇದೇ ರೀತಿಯಲ್ಲಿ 'ಶೂದ್ರ'ದ ಕಾಲು ಶತಮಾನ ಮತ್ತು '35'ನೇ ವರ್ಷದ ಕಾರ್ಯಕ್ರಮವನ್ನು ರೂಪಿಸಿದರು.

ಈಗ ಕಿ.ರಂ. ಅವರು ಇಲ್ಲ. ಅವರು ತಯಾರು ಮಾಡಿದ ನೂರಾರು ಜನ ಶಿಷ್ಯರಿದ್ದಾರೆ. ಅವರೆಲ್ಲ ತುಂಬು ಹೃದಯದಿಂದ 'ಶಿವರಾತ್ರಿಯ ಮಂಟೇಸ್ವಾಮಿ' ಕಾರ್ಯಕ್ರಮ ಹಾಗೂ 'ಕಾವ್ಯ ಮಂಡಲ'ದ ಯೋಜನೆಗಳನ್ನು ಸಮರ್ಪಕವಾಗಿ ನಿರ್ವಹಿಸಲು ಸಿದ್ಧವಾಗಿದ್ದಾರೆ. ಅವರ ಮೂರು ಮಂದಿ ಹೆಣ್ಣು ಮಕ್ಕಳು ಪ್ರೀತಿಯಿಂದ ಮುಂದೆ ಬಂದು ಭಾಗವಹಿಸುತ್ತಿರುವುದು ಸಂತೋಷದ ವಿಷಯ.